हुंकार

वपु काळे

मेहता पब्लिशिंग हाऊस

- *या पुस्तकातील लेखकाची मते, घटना, वर्णने ही त्या लेखकाची असून त्याच्याशी प्रकाशक सहमत असतीलच असे नाही.*

HUNKAR by V. P. KALE

हुंकार : वपु काळे / कथासंग्रह

© स्वाती चांदोरकर व सुहास काळे

मराठी पुस्तक प्रकाशनाचे हक्क मेहता पब्लिशिंग हाऊस, पुणे.

प्रकाशक : सुनील अनिल मेहता, मेहता पब्लिशिंग हाऊस,
१९४१, सदाशिव पेठ, माडीवाले कॉलनी पुणे - ४११०३०.

अक्षरजुळणी : इफेक्ट्स, २१/६ब, आयडिअल कॉलनी, कोथरूड, पुणे - ३८.

मुखपृष्ठ : चंद्रमोहन कुलकर्णी

प्रकाशनकाल : चौथी आवृत्ती : २५ मार्च, १९९७ / जुलै, २००५
जुलै, २००६ / डिसेंबर, २००७ / ऑगस्ट, २००९ /
जानेवारी, २०११ / मे, २०१२ / एप्रिल, २०१३ /
एप्रिल, २०१४ / सप्टेंबर, २०१५ /
पुनर्मुद्रण : मार्च, २०१७

P Book ISBN 9788177665796
E Book ISBN 9788184988581
E Books available on : play.google.com/store/books
m.dailyhunt.in/Ebooks/marathi
www.amazon.in

जन्मापासून ज्यांनी
फक्त कष्टांचा वसा घेतला,
'जोडोनिया धन उत्तम वेव्हारे ।
उदास विचारे । वेच करी ॥'
हा तुकारामांचा आदर्श
आचरणात आणला
ते, **डॉ. माधव किराणे.**
'हुंकार' ही आवृत्ती त्यांना.

हुंकार

माझ्या जिंदादिल वाचकांनो,

केव्हातरी तुम्हा सर्वांचे जाहीर आभार मानायचे होते.
तुम्ही आजवर माझे वेडेवाकडे विचार ऐकलेत,
पुस्तकातून वाचलेत.
कधी स्वत: विकत घेऊन वाचलंत, कधी पुस्तकं पळवून वाचलीत.
म्हणजे चक्क ढापून वगैरे.
असं चालायचंच.
वाचलंत हे महत्त्वाचं.
लोभ केलात आणि रागावलातही.
राग आणि लोभ कधी भेटून व्यक्त केलात, तर कधी पत्रातून.
आज आभार...

तुम्हाला हा शब्द आवडणार नाही. मलाही तो पसंत नाही. म्हणूनच, 'हुंकार' आणि 'का रे भुललासी' ह्या संग्रहांच्या दुसऱ्या आवृत्तीच्या निमित्तानं इतकंच सांगतो, 'तुम्ही मला खूप आनंद दिलात.'

'हुंकार' आणि 'का रे भुललासी' ह्या संग्रहांच्या या जरी दुसऱ्या आवृत्त्या असल्या तरी त्यात फेरबदल आहेत.

'लोंबकळणारी माणसं', 'ब्रह्मदेवाचा बाप', 'मी, माझी सौ. आणि तिचा प्रियकर' ह्या न मिळणाऱ्या संग्रहातील निवडक कथा ह्या दोन पुस्तकात प्रकाशित केल्या आहेत. जुन्या काळातल्या बऱ्याचशा कथा आता कालबाह्य वाटतात. त्या कथा कायमच्या पडद्याआड गेल्या तरी चालणार आहे. म्हणूनच, तसाच्या तसा संग्रह काढण्यापेक्षा आजही ज्या कथा वाचनीय वाटतील तेवढ्या, ह्या दोन संग्रहांच्या दुसऱ्या आवृत्तीत समाविष्ट केल्या आहेत. 'लोंबकळणारी माणसं', 'ब्रह्मदेवाचा बाप', आणि 'मी, माझी सौ. आणि तिचा प्रियकर' ह्या संग्रहातील इतर कथांचा मी कायमचा निरोप घेतला आहे.

कथांच्या आवडीनिवडीबाबत मतभेद होणं स्वाभाविक आहे. पण ह्या कल्पनेचं स्वागत तुम्ही जरूर कराल ही अपेक्षा.

तुमचा,

सहा

अनुक्रमणिका

हुंकार

‘इतक्या अकल्पितपणे भेटशील असं वाटलं नव्हतं.’ फर्स्टक्लासच्या डब्यातला पंखा चालू करीत मी म्हणालो.
ती ह्यावर नुसती हसली. कपाळावरचा घाम पुसता पुसता तिने हातातली पर्स शेजारी ठेवली.
‘पर्स नवीन घेतलीस?’ तिच्या शेजारी बसताना मी विचारलं.
‘छे, जुनीच. खूप दिवसांनी पाहिलीस म्हणून नवीन वाटते तुला.’ नेहमीच्या संथ सुरात ती म्हणाली.
‘तू भेटलीस म्हणजे सगळं जग असंच नवीन वाटतं.’
‘हुं.’– तिच्या मताने माझ्या त्या म्हणण्याला काही अर्थ नव्हता.
‘तू मात्र आहेस तशीच आहेस.’
‘कशी?’
‘जुनी.’
‘हुं’– तोच थंड हुंकार. त्या तशा तऱ्हेच्या हुंकारात खूप अर्थ असतात. असा उपेक्षा दाखवणारा थंड हुंकार मला सहन होत नाही.
‘हुं काय? जरा बोल की प्रशस्तपणे. तुला मी एवढ्या दिवसांनी भेटलो तरी थंडपणा सोडावासा वाटत नाही? अगदी तोलूनमापून बेताबातानं बोलत जा. मला काय करू आणि काय नको करू, असं होऊन जातं तुला पाहिलं म्हणजे.’
‘मला माहीत आहे.’
‘तरी तुला काही वाटत नाही त्याबद्दल?’
‘काय वाटायचं?’
‘खरं आहे. जुन्या गोष्टी आठवल्या म्हणजे मला झोप येत नाही रात्र-रात्र.’
‘तुला झोप येत नाही हा काय माझा दोष?’
‘छे. ग. सगळं आमचंच चुकत आलंय आजपावेतो. तुमची-आमची भेट झाली– आमचीच चूक. एकमेकांबद्दल– सॉरी हं– आम्हाला तुमच्याबद्दल काही वाटायला

लागलं आमचीच चूक. आमच्याकडूनच सगळं घडलं आणि बिघडलं. आता हे बोलतानाही आमचंच चुकतंय्. सगळ्या चुका कळत असतात तरीही पुन: पुन्हा त्या कराव्याशा वाटतात. असं काही बोलायचं नाही म्हणून हजारदा ठरवतो. पण समोर दिसलीस की हीच वाक्यं जिभेवर नाचायला लागतात. पुष्कळदा वाटतं प्रत्येक भेटीत असंच संभाषण का व्हावं? वैतागून निराशेनं मी तीच तीच वाक्यं तुला का ऐकवावीत? तुझा थंड स्वभाव माझ्यासमोर आणखीन थंड होणार आहे हे माहीत असूनही मी असं उफाळून का यावं? हजारो प्रश्न स्वत:ला विचारतो. संयमाचे डोस पाजतो. तू समोर दिसतेस, सगळे बांध मग कोसळून पडतात.'

'मग ह्यावर मी काय करावं असं तुझं म्हणणं आहे?'

'छे छे. ह्या आमच्या चुका. तुम्ही त्यावर काय करणार?'

'तुझे सगळे जोडे माझ्या परिचयाचे झाले आहेत.'

'असंच असतं. मनातल्या वेदना सांगायला लागलं की त्याला जोडे म्हणतात. तुला कशाला जोडे मारू मी? तू सुखात राहा.'

'तू कितीसा दु:खात आहेस?'

'ते तुला काय सांगू?'

'नकोच सांगूस. कोऽणी दु:खात नसतं. काऽही नसतं. कुणाचं कुणावाचून काय अडतं? एवढे दिवस गेले, तुझं काय आडलंय माझ्यावाचून? इतके दिवस झाले, मी तुला भेटले नाही. काय असं प्रचंड नुकसान झालं तुझं?'

मी भावनेच्या ओढ्यात वाहून जाऊ लागलो की तिला नेहमीच असा बुद्धिवाद सुचतो. मी मग आणखीन चिडतो. माझ्या चिडण्याची तिला गंमत वाटत असावी. ती मुद्दाम असं वागते हे कळूनही मला राग आवरत नाही. आत्ताही तेच झालं. आवाज चढवून मी म्हणालो,

'काय उलथापालथ झाली असती म्हणजे माझं प्रचंड नुकसान झालं असतं असं तू मानलं असतंस? मी कुठं थांबायला हवं होतं म्हणजे माझं आडलंय असं तू समजली असतीस?'

'तूच मनापासून विचार कर. नुसतं वैतागून बोलू नकोस. सर्वत्र असंच आहे– असंच असतं. भावनाधीन होऊन चालत नाही. माणसानं विवेक धरावा, व्यवहारी बनावं. भावना फार काळ उपयोगी पडत नाहीत ह्या जगात.'

'ह्या तुझ्या व्यवहारी उपदेशाला माझ्याकडं उत्तर आहे. पण तेही भावनेच्या जगातलं आहे. विवेक धरण्याच्या गोष्टी तू मला शिकवाव्यास? दुर्दैव आहे. भावनांची तू टिंगल करावीस? महान विनोद आहे. म्हणजे,

करी देसी रुद्रवीणा

म्हणसी स्वर काढू मधू,

धरती पुढती ज्वाला
म्हणसी बघ ह्यात विधू
ह्यातला प्रकार झाला.'

'काव्यात हे सगळं ठीक आहे. व्यवहारात ह्यातलं काही धावून येत नाही मदतीला.' त्याच थंड स्वरात ती बोलत होती.

'माणूस कशावर जगतो अशी तुझी कल्पना आहे मग? ह्या भावना, हा आवेग, हे काव्य ह्यावर माणसं जगतात. भूतकाळातल्या रम्य आठवणी बरोबर असतात. जगायला धीर देतात.'

'ही पण कविकल्पनाच. आयुष्य आहे म्हणून जगतो असं उत्तर फार रूक्ष वाटेल ह्या भीतीनं माणूस बेधडक सांगतो– आठवणीवर जगतो म्हणून.'

'खोटं खोटं.' मी ओरडलो.

'बिलकुल नाही. अगदी खरं आहे. ह्या विषयावर विचार काय तू एकटाच करतोस?– आठवणी जीवन देण्याइतक्या तीव्र असत्या तर माणूस कशाचीही पर्वा न करता त्या आठवणीमागं लागला असता. आठवणी असह्य वाटणारी माणसं जीव देतात. पण तशी फार कमी. बहुतेकजण आपल्या नशिबातच नव्हतं असं रडगाणं गात आयुष्याशी कॉम्प्रमाइझ करतात.'

'हा सगळा बुद्धिवाद तुला आत्ता सुचतोय? नवरा चांगला मिळवता आहे. बाबालोक मनाप्रमाणे आहेत. दाराशी मोटार आहे– एकंदर स्वास्थ्याला धक्का लागण्यासारखी परिस्थिती नाही. आता सांग, प्रतिकूल परिस्थितीतसुद्धा कशाचाही विचार न करता मी तुझ्या दाराशी धरणं धरून बसलो असतो तर तू मला साथ देणार होतीस का?'

'तशा वेळेला जे जास्तीत जास्त योग्य वाटलं असतं ते जरूर केलं असतं.'

'तेच, तेच. मग आता आठवणींची खरी आच लागलेली माणसं जगू शकत नाहीत, हे मला सांगण्याचा तुला अधिकारच नाही. एकंदरीत हीच बायकांची रीत. स्वतःची पत, सामाजिक प्रतिष्ठा, लौकिक स्वास्थ्य ह्याला धक्का न लावता एखादं प्रेमप्रकरण त्यांना पंचपक्वान्नांच्या जेवणानंतर एखाद्या विड्यासारखं चघळायला हवं असतं. आपल्यासाठी कुणीतरी तडफडतोय, होरपळतोय ही भावना त्यांना सुखावते. आणि मग अशा जखमी, विव्हळ झालेल्या माणसाला जाता जाता गाडीत बौद्धिकवाद शिकवणं काहीच जड नाही.'

मी अगदी तोडून, टाकून, कडवटपणे बोललो. द्वारका आता विव्हळ झाली. तिचा चेहरा गोरामोरा झाला. ती खिडकीतून बाहेर पाहात राहिली. तिला काय झालं होतं हे मी ओळखलं. आता मी त्याची ओळख देणार नव्हतो. हा असा

लपंडाव नेहमी चालतो. सात-आठ महिन्यांनी– वर्षाने होणाऱ्या भेटीत असा विषय निघू नये असं मला नेहमी वाटायचं. पण प्रत्येक वेळी तोच विषय निघायचा. एकमेकांच्या जखमेवरच्या खपल्या काढण्यात कसला आनंद होतो देव जाणे. पण त्याहीपेक्षा जखमच झालेली नाही हे पटवण्याचा अट्टाहास करण्यासाठी बुद्धिवादाचं गोजिरवाणं पांघरुण पांघरण्यात और लज्जत वाटायची. एकदम विषय आणि मूड बदलत द्वारकाने विचारलं,

'माझा आजचा रेडिओवरचा प्रोग्रॅम ऐकलास?'

'नाही.'

'माहीत नव्हतं?'

'होतं.'

'तरी ऐकला नाहीस?'

'नाही. आजकाल ऐकावासा वाटत नाही तुझा आवाज.'

'मग आता मी गप्प बसते.'

'प्रत्येक वाक्यातून अनर्थ काढलाच पाहिजे असा दंडक आहे का?'

'सॉरी हं. – हं सांग आता का ऐकत नाहीस ते. आजचं भावगीत अप्रतिम साधलं होतं. शब्द आणि स्वरयोजना, दोन्ही दृष्ट्या.'

'तुझं गाणं ऐकताना मी सूर ऐकत नसतो. आणि शब्द पण ऐकत नसतो. कानात घुमतं ते फक्त आर्जव. हृदयापर्यंत पोचायची ती फक्त आर्तता. आता ह्यातलं काहीच सहन होत नाही. सगळं खोटं आहे. फसवं आहे. आणि त्याहीपेक्षा तुझा स्वर माझ्यापर्यंत पोचतो पण रेडिओतून माझा आवाज काही उलटा स्टेशनवर येत नाही तुझ्यापर्यंत.'

'त्याची काय गरज?'

'माझा आवाज तुझ्यापर्यंत पोचावा ह्याची गरज तुला आजपर्यंत कधीच वाटली नाही.'

'झाली सुरुवात परत?'

'काय करू दुसरं?– हा विषय– हे दु:खं– आहे असं की, जे मी आख्ख्या दुनियेत फक्त फक्त तुझ्यासमोर बोलू शकतो. आणि म्हणून तुझ्या भेटीची चातकासारखी वाट पाहातो.'

'हे मला पटत नाही.'

'तुला पटो अथवा न पटो. नेहमी असं वाटतं– की माझ्या प्रत्येक हालचालीत तू आहेस. तू सगळं पाहात आहेस. प्रत्यक्ष दिलासा जरी देऊ शकत नसलीस तरी सुखदु:खात तू सहभागी आहेस असं सतत वाटत आलं आहे. जेवढा तुझा ध्यास जडला आहे तेवढा परमेश्वराचा जडला असता तर तो प्रसन्न झाला असता.'

'मग का नाही त्याची भक्ती केलीस?'
'मी तुझ्यातच त्याला मानतो. एकदा तो मला तसा प्रसन्न झालासुद्धा. त्यानं मला विचारलं, 'तुला कोणत्या स्वरुपात– अवतारात– भेट देऊ?' मी उलट सांगितलं, 'तू दर्शन देणारच असलास तर मला द्वारकेचं रूप घेऊन भेट–' आणि हे ऐकल्यावर तो बेटा निघूनच गेला.'
'तुला काय मिळतंय रे असं बोलून?–' द्वारकेनं काकुळतीनं विचारलं. तिचा बुद्धिवादी स्वर बराच खाली आला होता.
'नुसतं बोलण्याचंही सौख्य मला नसावं का? दुसऱ्या कुणाजवळ बोलू मग हे सगळं?'
'काय समाधान आहे त्यात.'
'ते तुला माहीत आहे. तू स्वत: भावगीतं करतेस. स्वत: चाली लावतेस. उत्तम गातेस. तुझ्या दाराशी गाडी आहे. नवरा लक्षाधीश आहे. सगळी सुखं हात जोडून तुझ्यासमोर उभी आहेत. तोंडातून शब्द न काढता तुझी कामं होतात. तरी तू भावगीतं करतेस. गातेस. मग तुझ्या भावगीतांतल्या शब्दांना काय अर्थ आहे? स्वरांच्या आर्ततेत काय समाधान आहे? ह्याचा अर्थच हा– आपण दोघं शब्दांवर जगत आहोत. खोटे, फसवे, दिशाभूल करणारे का होईनात– पण वाटतं– शब्द ऐकावेत, शब्द ऐकवावेत! प्रत्यक्ष जीवनात आपण एकत्र येऊ शकलो नाही– मग वाटतं की– शब्दांच्या दुनियेत तरी विवेकाची भाषा नसावी.'
'तू हे सगळं बोलू शकतोस आणि मी फक्त बोलत नाही. हेतुपुरस्सर तू मला भेटत नाहीस हे मला कळत का नाही? ठरवून भेटायचं नाही ही जाणीव काय फार सौख्याची आहे? मी पण रात्री जागवल्या आहेत. मलाही परवा स्वप्न पडलं की...'
अधीरपणे मी विचारलं, 'काय पडलं?'
'आता नाही आठवत एवढं. माझी स्मरणशक्ती तितकीशी चांगली नाही.'
'मला माहीत आहे ते. फक्त खरोखरच तू काय विसरली आहेस आणि कच्च्या स्मरणशक्तीचा फायदा केव्हा केव्हा घेतेस एवढच मला कळत नाही. जाऊ दे. नाही आठवत तर जाऊ दे. कारण स्वप्नातसुद्धा तू मला नकारच दिला असणार.'
'हेच, हेच तू बोलू शकतोस आणि मी बोलू शकत नाही.'
द्वारका गप्प झाली. मीही गप्प झालो. काही ठराविक सीमेपर्यंत द्वारका मोकळी होते. ओढ वाटत असूनही किती मोकळं व्हायचं ह्याचा तिच्याजवळ हिशोब आहे. हा हिशोबच मला बोचतो. काहूर उठवतो. भेट होऊनही मनाला शांती मिळवून देत नाही. एवढी सावधानता, इतकी जागरूकता कशासाठी?– मी

फक्त शब्द मागतो. आणखी तर काही मागत नाही–
‘किती दिवस मुक्काम आहे तुझा?’
‘दोन दिवस.’
‘सध्या कुठं?’
‘परवाच नागपूरला बदली झाली. प्रमोशन पण मिळालंय ह्यांना. आता रेल्वे-चीफ इंजिनियर झालेत!’
‘गुड.’
‘तुझं काय चाललंय?’
‘बायको माहेरी गेलीय. सध्या एकटाच आहे. येणार?’
‘केव्हा?’
‘केव्हाही ये, जरा मनमोकळं बोलता येईल.’
ती सावधानतेने बसली. तिच्यातला बुद्धिवाद जागृत होत असावा. आता माझ्या प्रश्नांना, विनंत्यांना विचारपूर्वक उत्तरं– म्हणजे नकार– मिळणारच हे मी गृहीत धरलं.
‘आता आपण आणखीन काय बोलणार?’
‘काय बोलायचं हेही मी सांगायला हवं असेल तर येऊच नकोस.’
‘तसं नाही रे, तुझी बायको पण इथं नाही.’
‘तसं मी काही करत नाही तुला.’
‘तसं कधी म्हटलंय तुला. पण बरं दिसत नाही. तुम्ही पुरुष फार अविवेकी असता, इमोशनल असता. बायकोला एक तऱ्हेनं हे फसवणं आहे.’
‘अजिबात नाही. ह्यात फसवण्याचा प्रश्न उद्‌भवत नाही. बायकोवरचं प्रेम, संसारातली कर्तव्य, ह्यांना धक्का लागत नाही. ही माझी वैयक्तिक भूक, गरज आहे. त्यावर माझा उत्कर्ष अवलंबून आहे.’
‘ते सगळं ठीक आहे. पण सामाजिक बंधनं आणि घरातला कर्ता पुरुष ह्या नात्यानं, अनुषंगानं तू ज्या काही गोष्टींना, संकेतांना बांधला गेला आहेस त्यात ही गोष्ट बसत नाही.’
‘खरं आहे. मला ह्या एवढ्या प्रकाराची जाणीव नव्हती. मी एवढ्या बंधनात आहे, मनाची भूक पुरी करण्याइतकाही मोकळा नाही, ह्याची कल्पना आज आली. मी आपला तुला सरळ सरळ घरी ये म्हणत होतो पण ती बेईमानी ठरते. रेडिओवरून भावगीतं गात टाहो फोडला की ती प्रतिमा ठरते. कला ठरते. जुन्या प्रेमाला नवीन शब्द, नवीन चालींनी उजाळा द्यायचा आणि प्रत्यक्ष भेटीत म्हणायचं आठवणींची तीव्रता वाटणारा माणूस जीव देतो.’
माझं बोलणं तिला बोचलं. पटकन् माझा हात धरत ती म्हणाली,

'मी येईन उद्या. असं काही बोलू नकोस.'
'शक्यतो लवकर ये. दहा वाजता मला ऑफिसात कामासाठी मुलुंडला जायचं आहे. पाटकरला अपॉइन्टमेंट दिली आहे.'
'हूं!'
तिचा हात हलकेच दाबत मी म्हणालो, 'जगातला पहिला स्वर म्हणजे परमेश्वराचा 'हुंकार' म्हणतात. त्या हुंकाराशेजारी आज तुझा 'हुंकार' जाऊन बसला.'

द्वारका 'हो' म्हणाली.
मला नवल वाटलं त्याहीपेक्षा आनंद वाटला. मला कैफ चढला. द्वारका 'येईन' म्हणाली. मी बेभान झालो. धुंद झालो. त्याच धुंदीत कापडाच्या दुकानात शिरलो. द्वारकेच्या आवडीची भारीभारी कापडं घेतली. फुलवाल्याला सकाळसाठी अबोलीची वेणी व चाफ्याच्या फुलांची ऑर्डर दिली. द्वारकेला आवडणारा केक घेतला. रात्री दोन वाजेपर्यंत एकट्याने खोली साफ केली, चादरी बदलल्या, अभ्रे बदलले, फर्निचर पुसलं, फार काय, ओल्या फडक्याने जमीनही पुसून काढली. आवडत्या कवितांची वही टेबलावर ठेवली. एक ना दोन. सुचतील, आठवतील– तेवढ्या सगळ्या गोष्टी केल्या.
रात्रभर झोप आली नाही. सकाळी लवकर उठलो, घड्याळ बेटं मंद होतं. माझ्या हृदयातली धडधड त्याला काय माहीत? वाटलं तासकाटा नावाची चीज नसती तर? आठाच्या आत अंघोळ आटपली. फुलवाल्याकडून वेणी आणली. चाफ्याची फुलं आणली. उदबत्तीचा पुडा आणला. एकदम दहा-बारा उदबत्त्या लावल्या. खोली दरवळून निघाली.
साडेआठ वाजले. साडेआठाचे नऊ झाले. नवाचे साडेनऊ आणि शेवटी दहा वाजले. गॅलरीत चकरा घालून पायाचे तुकडे पडले. जागरणाने डोळे जड झाले होते. अंग ठणकत होते. सकाळी चहा पण घ्यायला सुचलं नव्हतं. केक्सने भरलेली बशी माझ्याइतकीच ताटकळली होती. अबोलीची वेणी वाट पाहून पाहून बोलायला लागणार की काय असं वाटू लागलं.
स्वप्न संपलं. सत्य बोचू लागलं. उदबत्त्या संपल्या. जळून गेल्या. टेबलावर राख साचली.
राखेला सुगंध नसतो.
स्वप्नाला सूत्र नसतं.
दहाच्या ठोक्याला पाटकर घरी आला. खोलीतल्या सुगंधाने धुंद झाला.
'अरे यार, आज आहे तरी काय?'
'काही नाही.'

'असं कसं होईल? कृष्णाच्या द्वारकेत आल्यासारखं वाटतं आहे.'
—पाटकर अभवितपणे बोलला. मात्र वाटलं त्याला गॅलरीतून खाली फेकून द्यावा. वरकरणी हसत हसत मी म्हणालो—
'द्वारका म्हण, गोकुळ म्हण, काहीही म्हण, राधेचाच पत्ता नाही फक्त.'
'जीवन असंच आहे. राधेचा इंतजार करावा. वाटणीला येतो पेंद्या. बरं जाऊ दे. गॅलरीत ये. एक गंमत दाखवतो.'
नाइलाजानं मी गॅलरीत गेलो. बाहेर बोट दाखवत पाटकर म्हणाला,
'मोटर सायकल मिळवली एका मित्राकडून. आज आपलं काम झटपट होईल.'
खोलीत परतत मी म्हणालो, 'छान केलंस्.'
माझ्या पाठोपाठ खोलीत येत पाटकरने विचारले,
'आणखीन उदबत्त्या आहेत का रे?'
'आहेत.'
'लाव की. बरं वाटतंय्.'
उरलेल्या सगळ्या उदबत्त्या मी लावून टाकल्या. आता कुणासाठी जपायच्या होत्या? पाटकर डोळे मिटून बसला होता. मी कपडे बदलले; तरी पाटकरची तंद्री उतरली नव्हती. डोळे मिटूनच त्याने विचारले,
'स्वप्नावर माणूस जगतो कारे?'
'नाही. स्वप्नावर माणूस झोपतो. रमतो पण जाग येईपर्यंत. जागेपणीही स्वप्नं बाळगली उराशी तर परत झोपायची वेळ येते माणसावर.'
'छे, आपल्याला पटत नाही हे. आपण बुवा स्वप्नावरच जगतो म्हणून तर म्हटलं उदबत्त्या लाव. सुगंधाचा आणि स्वप्नांचा फारच जवळचा संबंध आहे.'
'खरं बोललास. फारच जवळचा संबंध आहे. शेवटी दोहोंचीही राख होते.'
'ते मानण्यावर आहे. मी स्वप्नात जेवढा रमतो तेवढा कशातच रमत नाही.' पाटकर खुशीत म्हणाला.
'आज तुला झालंय तरी काय'—
'काल ती कबूल केल्याप्रमाणे आली होती. चिकार गप्पा मारल्या मग आम्ही. मजेत वेळ गेला.'
'घरी बायको नव्हती?' मी असूयेने विचारलं.
'ती बायकोची पर्वा करीत नाही.'
'शेजारीपाजारी?'
'अरे यार. जी माझ्या बायकोला भीत नाही ती काय शेजाऱ्यापाजाऱ्यांची पत्रास ठेवते होय? बेधडक येते. जेवत असलो तर शेजारी एका पाटावर बसते. पलंगावर वाचत पडलो तर माझ्या अंगावर रेलून बसायला कमी करत नाही.'

मी उदबत्तीसारखा पेटू लागलो.
'खरं सांगतोस? तुझी बायको एवढी 'सोशल' आहे?'
'येस्? म्हणून तर स्वप्नात रंगतो मी.'
'म्हणजे?'
'उल्का– स्वप्नात आली होती काल. खूप बोलली. मजा आली.'
'बुद्दू आहेस. तूही माझ्यासारखाच म्हणजे.'
'मी तुझ्यासारखा नाही स्वप्नांची आठवण झाली की तू तळमळतोस. मी सुखावतो. कारण स्वप्नं माझ्या मालकीची आहेत. जीवन माझ्या मालकीचं नाही. त्यामुळे स्वप्नात मला हव्या त्या सगळ्या गोष्टी घडू शकतात. पाहिजे त्या व्यक्ती भेटू शकतात. पुन्हा त्यात कोणाचीही भीती नाही. घरातल्यांची नाही, बाहेरच्यांची पण नाही. प्रतिष्ठेला धक्का लागत नाही. स्टेटस स्टेटस काय म्हणता ते अबाधित राहतं.'
पाटकर एक तऱ्हेच्या तृप्तीने बोलत होता. माझ्या संवेदना बधिर झाल्या होत्या.
'काहीतरी निरर्थक बोलू नकोस. सकाळी काही कमी जास्त आलं होतं का खाण्यात? ह्यात काय समाधान मिळतं तुला?'
–माझ्याकडे मिष्किलपणे पाहात पाटकर म्हणाला, 'कमीत कमी उदबत्त्यांवर खर्च करावा लागत नाही.'
'पाटकर?...' माझा ताबा सुटला.
'रागावू नकोस, पण मी म्हणतो ते खरं नाही बघ. आयुष्यात कोणीतरी कुणाला तरी भेटत असतं. कुणाची अपेक्षा सफल होते, तर कुणाची उपेक्षा होते. कुणी घाव विसरू शकतं– कुणी असमर्थ ठरतं. जे विसरू शकतात ते धन्य होत. जे दुबळे ठरतात त्यांची धडपड केविलवाणी असते. ते मग स्वतःचं मन एकसारखं मारत रहातात. कधीतरी त्या अतृप्त भावना उफाळून वर येतात. त्यांना आवर घालणं कठीण होऊन बसतं. पापभीरू मनाला लोकलज्जा, संसार, नैतिक मूल्ये, सामाजिक प्रतिष्ठा ह्याची पायमल्ली सहन होत नाही. साहजिकच ह्यातून जन्माला येतो चोरटेपणा मग चोरट्या भेटीसाठी, कुणी पाहात नाही ना ह्याबद्दल सतत जागरूकता आणि मग सगळ्यांशीच लबाडी. त्या भेटीगाठीतही मग सौख्य रहात नाही. कारण आधी हे सगळे सोपस्कार साधायचे, चुकवाचुकवी करायची ह्यापायी निम्मं बळ खर्च पडतं आणि उरलेलं निम्मं बळ काहीच घडलं नाही हे दर्शवण्यात कामी येतं. ह्यातून शाबूत राहील तेवढ्या मनःस्थितीत भेटीगाठी आणि मीलन. ह्या असल्या क्षणिक मीलनातून घेऊन यायची ती अतृप्ती आणि हुरहूर. प्रत्यक्ष घटनेपेक्षा स्वप्नं जास्त उंच ठरतात. तसं झालं की हमखास दुःख ठेवलेलं. व्यवहारात घडणाऱ्या गोष्टी स्वप्नापेक्षा

उंच असाव्यात. त्यात स्वतःची फसगत नसते.'
'तुला ह्यात सौख्य वाटतं?'– मी अधीरतेनं विचारलं.
'अलबत्. मधे लटकणारा माणूस नेहमी दुःखात असतो. स्वतःची ताकद त्याला अजमावताच येत नाही ह्याची मला खात्री आहे. कौटुंबिक जबाबदाऱ्या, वैयक्तिक लागेबांध्यासाठी सोडाव्या ह्यावर माझा विश्वास नाही. कारण सामाजिक रूढींच्या विरुद्ध जाण्याचं धाडस करूनही इच्छित ईप्सिताजवळ पोचून मी हमखास सुखी होईन ह्याची शाश्वती नाही. मला समाजातच रहायचं आहे. तेव्हा इथले नियम पाळायला हवेत. ते मी पाळतोय्. स्वतःचीही समाधानाची स्थानं निर्माण करतो आहे. काय वाईट आहे स्वप्नात रमणं?'
'मला नाही सांगता यायचं!'
'सगळेच स्वप्नाळू आहेत. तू सुद्धा.'
'मी पण?'
'हो. ह्या उदबत्त्या लावून इतका वेळ काय करत होतास?– स्पष्ट बोललेलं वाईट लागेल. पण ते खरं आहे तितकंच.– रात्री आपापल्या बायकांना कुशीत घेऊन झोपणाऱ्या माणसांच्या मनातही काय स्वतःच्याच बायकोची मूर्ती असते का? मिठीत देह असतो बायकोचा आणि ते पोचलेले असतात स्वप्नाच्या साम्राज्यात– स्वतःच्या प्रेयसीजवळ...'
'पाटकर, चावटपणा बस् झाला. माझे कपडे झाले आहेत. मुकाट्यानं कामावर चल. कर्तव्य आधी.'
–मी ओरडलो. आणि एकाएकी पाटकराच्या डोळ्यात अश्रूंची दाटी झाली. वाहणारे अश्रू न पुसता तो म्हणाला,
'दुपारच्या गाडीनं जा म्हणालो तर उल्का म्हणाली, 'कर्तव्य आधी.''
पाटकराच्या मी जवळ गेलो. त्याच्या पाठीवर हात ठेवीत मी म्हणालो,
'पाटकर, रडतोस?– डोळे पुस पाहू आधी. सांग मला काय झालं ते?'
'उल्का गेली.'
'कोण उल्का?'
'स्वप्नावर जगू न शकणारी.'
'तुझ्यावर तिचं प्रेम होतं.'
'होय.'
'पण लग्न होऊ शकलं नाही.'
'होय.'
'मग आता शेवटी तिचं लग्न...'
'नाही, लग्न करीत नाही. अविवाहित रहाणार आहे. मी मात्र दोन पोरांचा बाप

झालोय्.'
'कठीण आहे.'
आवेगानं हात पकडीत पाटकर म्हणाला, 'खरंच कठीण आहे. आज तिनं मुद्दाम बदली करवून घेतली. इथं राहिलं की मला भेटायचा तिला मोह होतो. आत्ताच तिला स्टेशनवर सोडून आलो. म्हणत होती, कमीत कमी कल्याणपर्यंत पोचवायला ये. मी म्हणालो, तिथून तरी परतायचंचना?– काय खरं की नाही?'
मी मान हलवली.
'म्हणूनच नाही गेलो. फर्स्ट क्लासच्या डब्यात कोणीही नव्हतं. उल्काबद्दल मला शाश्वती नव्हती. तिला बेभान व्हायला वेळ लागत नाही. अर्पणवृत्ती डोळ्यात नाचत रहाते. डोळ्यातल्या भावलीला निराळंच बळ येतं. स्त्रिया फार अविवेकी असतात. त्यांना आवरावं लागतं. तुझा काय अनुभव?'
'आपल्या वाट्याला तसं काही आलेलं नाही. पण पाटकर एक विचारू, तू एवढा हादरलास कसा?'
'स्वप्नाळू वृत्तीत माझा मीच सुखी झालोय् रे. उल्का, आहे तिथेच राहिली, त्याचं काय? म्हणून म्हणतो, हा मार्गच चमत्कारिक. अकल्पित वळणांचा, फसव्या नागमोडीचा, अनिश्चित लयीचा. आमच्याच वृत्ती– आमच्याच सवयी चकवा दाखवतात. चढण चालू असते. तेव्हा ज्यांच्यासाठी शिखर गाठण्याची ईर्षा असते, अशांचा हात मिळत नाही. आणि उताराला लागल्यावर तर काय... सगळा उतारच. कुणी बुद्धिवाद पाठुंगळीला मारून तोल सावरतो, तर कुणी आपण ते नव्हेच अशा पांघरुणात लपतो. सगळे बेटे तिथंच फिरतात, फिरवतात.'

मोटारसायकलवर बसल्यावर पाटकर म्हणाला,
'असं वाटतं ऐंशीच्या वेगानं गाडी पळवावी. कुठं थांबू नये– काही पाहू नये. होईल ते होईल. पण म्हटलं मागं तू आहेस!– भावनेला विवेकाची पराणी हवीच. स्वप्नाला जाग हवी.'
मी पुढे झुकत म्हणालो, 'माझी काळजी करू नकोस. तू हाण गाडी. स्वप्नांची धुंदी सगळ्यांना सारखीच. घे वेग. इतका घे, की आवेगातला वेग नाहीसा व्हावा...'
स्पीडोमीटरमधला काटा सरकू लागला. पन्नास... साठ... सत्तर... ऐंशी.

◆

चक्रम

सात वाजायला पाचच मिनिटं कमी आहेत. मिनिटकाटा बाराच्या आकड्याकडे हळूहळू जात आहे. एवढ्यात सात वाजतील. घड्याळाचा कर्कश गजर होईल. आमचे 'हे' चुळबुळ करीत उठतील. अजूनही त्यांना झोपायचंच असतं. माणसाला किती झोप हवी?– तर 'आणखी पाचच मिनिटं.' आमचे 'हे' असेच आहेत. सात वाजता उठण्यासाठी त्यांना गजर लागतो. वास्तविक मी पाच वाजता उठते. आता ह्यांना सात वाजता हाक मारणं मला कठीण का आहे? पण नाही. गजरच हवा. एकेकाचा आपला विक्षिप्तपणा. चक्रमपणा.

आता एवढ्यात गजर होईल. उठल्याबरोबर ह्यांना चहाचा कप तयार लागतो. भराभर तोंड धुतील, टेबलाजवळ येतील, चहाचा कप पुढे ओढतानाच, 'मास्तर, चला.' म्हणून ओरडतील.

...आणि त्यांच्या हाकेला आज मास्तर येणार नाहीत. मग हे माझ्याकडे पाहात राहतील. जसं काही मास्तर एकाएकी गेले हा माझाच दोष. काहीही घडलं की जणू ते माझ्यामुळेच. चार दिवसांपूर्वी मास्तरांचं पत्र आलं त्यालाही मीच कारण. मॅट्रिकला शाळा सोडली त्यावर वर्गातली मैत्रीणसुद्धा भेटली नाही. चार वर्षांत, मग मास्तरमंडळी कुठली भेटायला?– भागवत मास्तरांचं पत्र पाहून मलाही आश्चर्यच वाटलं होतं. पण ह्यांनी तेव्हा असा काही चेहेरा केला की, जणू मीच मास्तरांना भेटून– आमच्याकडे रहायला या म्हटलं. अशी मी दचकले होते. म्हटलं मास्तरांचं आणि ह्यांचं आता जमतंय की नाही. पण बाई जमलं. आता ह्याला मास्तरच कारणीभूत. चार वर्षांपूर्वी माझ्यावर जसं त्यांनी आपलं वजन पाडलं अगदी तसंच त्यांनी ह्यांनाही जिंकलं. बरं बाई एकेकाला साधतं. तसे आमचे 'हे' तुसडे नाहीत. माणुसघाणे तर नाहीतच. पण आपण होऊन सलगी दाखवणर नाहीत. कुणी जवळ जाण्याचा प्रामाणिक प्रयत्न केला तर तेही चटकन् मोकळे होतील. आणि दुसऱ्याला आपलंसं करून घेण्यात भागवत मास्तरांचा तर हातखंडा.

आता माझंच पाहा ना. मॅट्रिकच्या वर्गातलं मुलीचं वय सोळा-सतरा. ऐन

तारुण्याचा बहर. सगळीकडेच सौंदर्याचा साक्षात्कार घडवणारं वय. सगळंच आवडायचं. कुणी एखादा किडकिडीत माणूस आवडायचा तर कुणी जाडजूड म्हणूनच नजरेत भरायचा. त्या आवडीला काही सुमारच नसायचा. आता भागवत मास्तरांना तुम्ही पाहिलंत तर सरळ विचाराल, 'ह्या माणसात काय बाई आवडण्यासारखं आहे?'

–ह्याचं उत्तर मला तेव्हाच काय, पण आजही देता यायचं नाही. मास्तरांना मी आवडले ह्यात काहीच नवल नव्हतं. माझं सौंदर्यच तसं होतं; आजही ते टिकून राहिलं आहे. तेव्हा मास्तरांना मी आवडले ह्यात कसलं नवल? मलाच आपला तो शांत, नाकासमोर बघून चालणारा जीव आवडला. हो बाई. –माझ्यावर त्यांची नजर होती तरी मी आपलं त्यांना सरळ माणूसच म्हणते. दुसरं काय म्हणायचं? –मी त्यांना आवडले होते पण तसं काही दर्शवण्याचं धाडस त्यांनी केव्हाच केलं नाही. उलट माझ्याकडे पाहाण्याचं ते टाळीत असत. मला प्रश्नही विचारीत नसत. जणू काही माझं अस्तित्व त्यांना जाणवतच नव्हतं. पण ती उपेक्षा तिरस्कारापोटी नसून आकर्षणापोटी आहे हे मी ताडलं होतं. आणि मग माझी दखल न घेण्याच्या त्यांच्या वृत्तीचं मला कौतुक आणि हसू येऊ लागलं. एकदा मात्र मास्तरांनी गंमत केली. निबंधाचा विषय फळ्यावर लिहिताना त्यांनी माझ्याकडे रोखून पाहिलं आणि फळ्यावर विषय लिहिला,

'जगातले लबाड प्राणी.'

मी खोच ओळखली. मग मीही गंमत केली. पटकन् उभी राहात मी म्हणाले,

'सर विषय चुकला. तुम्हाला 'जगातले उपयोगी प्राणी' हा विषय द्यायचा असेल.'

स्वत:ला सावरीत मास्तरांनी विषय बदलला आणि तेव्हापासून पवित्राही. जणू त्यांना बोललेल्या एकाच वाक्यानं त्यांचा धीर चेपला अगदी.

परत माझ्याकडेच पाहात ते म्हणाले,

'ते दोन्ही विषय घ्या. ज्याला जो विषय हवा तो त्यांनी घ्यावा.'

मास्तर मग एकदम बदलले. त्यांच्यात धीटपणा आला. पण तो उसना होता. मधून मधून त्यांची छाती धडधडायची. पायाला कंप सुटायचा आणि माझ्या ओठावर हसू उमटायचं. मास्तरांना तेही दिसायचं. मग उगीचच छाती पुढे करीत ते कोटाची कॉलर डाव्या हातात पकडून ठेवीत. मग किती तरी वेळ तो हात तसाच राहायचा कॉलरजवळ.

मास्तरांना वाटत असावं की, माझ्यासारखी सुंदर मुलगी कसली त्यांच्या वाटणीला येते? ही उमलू पाहाणारी प्रीत न कळत फुलणार आणि नकळतच कोमेजणार. कशाला वाटेला जा नसत्या? मग ते सावध व्हायचे. ह्या बाबतीत

सावरायला आपल्याला कोणी येणार नाही. स्वत:चं रक्षण स्वत:लाच करायचं आहे ह्याची त्यांना जाणीव व्हायची. आणि मग कोटाची डावी कॉलर घट्ट पकडीत ते कवितेचा पुढचा चरण नकळत जास्त मोठ्यांदा म्हणत,

'रे नकूल आला, आला देख नकूल.'

आणि अगदी सहज 'नकूल' म्हणताना ते माझ्याकडे पाहात.

माझ्या केव्हाच लक्षात आलं की, ह्या बाबतीत काही पुढाकार मास्तरांकडून घेतला जाण्याची शक्यताच नाही. आपल्यालाच काहीतरी केलं पाहिजे. आज विचार केला की, तो सगळा पोरकटपणाच वाटतो. त्या वयात संसारासंबंधी मोठ्या अपेक्षा नव्हत्या. वाटायचं मोटार नको, मोठं घर नको, एक आपली लहानशी पर्णकुटी बरी. नवऱ्यानं अगदी लवकर उठून सायकलवरून लांब कामावर जावं आणि मी त्यांची वाट पाहावी. एक तारखेला हुरळून जावं आणि वीस तारखेनंतर काळजी करीत परत एक तारखेची वाट पाहावी. संसार-संसार तो ह्यापेक्षा काय निराळा असतो? त्यामुळे आपले भागवत मास्तर हे माझ्या कल्पनाशक्तीच्या अंतिम टोकाला 'फिट्ट' बसले होते. मास्तरांचं आणि माझं जणू ठरलेलं आहे असं मला वाटू लागलं.

मग एकदा मी मोगऱ्याची दोन फुलं पाकिटात घातली आणि सरळ सरळ वर्गात बेचाळीस दुणे चौऱ्याऐंशी मुलींच्या नजरेच्या पाहाऱ्यात भागवत मास्तरांना ते पाकीट दिलं. ते देताना, 'वडिलांची चिठ्ठी आहे' असं म्हणण्याची अर्थातच खबरदारी घेतली. 'नंतर पाहतो' असं म्हणत मास्तरांनी खिशात टाकलं.

तास संपला. मास्तर बाहेर पडले. पाठोपाठ मीही वर्ग सोडला. मास्तरांची नजर मला केव्हाच समजली होती. माझा अनुकूल कल त्यांना आता समजणार होता. आणि त्या अनाहूत क्षणाची प्रतिक्रिया मला पाहायची होती. टीचर्स रूमकडे जाणाऱ्या एका बोळकंडीवजा मार्गावर मास्तर थांबले. पाकीट बाहेरूनच चाचपत त्यांनी फोडलं. आतून निघाली फुलं. मास्तरांनी दचकून सर्वत्र पाहिलं, पुन्हा पाकिटाकडे पाहिलं, पुन्हा सगळीकडे नजर टाकली. आणि मग त्यांना घाम फुटला. हातापायाला कंप सुटला. डावा हात कॉलरकडे वळला. आणि नंतर टीचर्स रूमकडे न जाता ते उलट वळले. मी बाजूला लपले. मास्तर सरळ हेडमास्तरांकडे गेले. मग बाहेर पडून घरी गेले.

सबंध आठवडा ते शाळेला आलेच नाहीत. त्यानंतर मला डिबेटिंगमध्ये पहिला आलेला श्रीनिवास देवधर भेटला. पण नंतर मग तसे बरेच भेटले. प्रत्येकजण मला आवडायचा. खरं प्रेम कुणावर केलं ह्याचा मला तसा पत्ता लागलाच नाही. परत मी मास्तरांकडे वळले नाही एवढे निश्चित. म्हणूनच आठ दिवसांनी शाळेत आलेल्या मास्तरांना त्यांना फार उशीर झाल्याचं कळलं आणि मग

मोगरीच्या फुलांची एकुलती आठवण विसरताना त्यांना फार प्रयास पडले. कालांतराने बॅडमिंटन खेळणारा सुरेश दूर राहिला, डिबेटिंगमधला श्रीनिवास बाजूला राहिला, गाणारा रवी, उत्तम पोहणारा बबल्या, नाटकात हमखास चमकणारा रमेश सगळे सगळे आले व गेले. जड पावलांनी उगवणाऱ्या दिवसांना फक्त फुलपाखरांचे पंख लावून गेले हे सगळे, आणि मग एके दिवशी 'हे' आले, पसंत करून गेले आणि हां हां म्हणत लग्न लावून मोकळे झाले.

परवा मास्तरांचं पत्र आलं. मी बाई विचारातच पडले. म्हटलं इतक्या वर्षांनी मास्तरांना माझी आठवण झाली तरी कशी? माझा पत्ता त्यांनी कसा मिळवला? माझ्याकडे चार दिवस राहाण्याचं धाडस त्यांच्या अंगी आलं तरी कोठून? नुसतंच ह्या सर्वांचं नवल वाटत राहिलं. मास्तरांबद्दल आता 'तशा' कोणत्याच भावना शिल्लक रहाणं शक्य नव्हतं. 'ह्यांनी' मला सर्वतोपरी सुखात ठेवलं होतं. एक तऱ्हेची तृप्ती अंगोपांगावरून निथळत होती. आता मास्तर किती बदलले तेवढंच पाह्यचं.
नाहीच पण. मास्तर अगदी तस्सेच होते. काही देखील फरक नाही. हो पण, नाही कसा? बोलण्यातली खुमारी कितीतरी वाढली होती. मी त्यांना म्हणाले देखील, 'सर, अजून तुमच्या क्लासमध्ये येऊन बसले तर तास कसा गेला कळणार नाही. तुमचं बोलणं किती ऐकलं तरी कंटाळाच येत नाही.'
'तेच तर माझं भांडवल आहे. दुसरं काय आहे माझ्याजवळ?' –मास्तर हे सहजपणानं म्हणाले, पण त्या स्वरात मला फार मोठी विषादाची छटा जाणवली. मी त्यांच्यासाठी चहा करीत होते. ते माझ्या ब्लॉकचं बारकाईनं निरीक्षण करीत होते आणि माझंही. माझ्या सुखावलेल्या शरीरानं किती मोहक आणि घायाळ आकार धारण केलाय, ह्याची मला चांगलीच जाणीव होती. माझ्या सर्व अवयवांना एक तऱ्हेची प्रमाणबद्धता आली होती. लय साधली होती. बारीकसारीक कामं करताना, वेणी घालताना, मोरीच्या बांधावर वाकून हात धुताना, टाचा उंचावून फळीवरच्या वस्तू काढताना, समोरच बसलेल्या 'ह्यांना' मी अगदी खुळं केलं होतं. माझ्याजवळ असलेल्या ह्या अद्भुत शक्तीचा मला अभिमान होता, कौतुक होतं. डोळ्याच्या कोपऱ्यातून माझ्या अंगप्रत्यंगातली ही लय मास्तर टिपीत आहेत हे मी हेरलं होतं. नकळत मीही सैरभैर झाले व निरनिराळ्या हालचालींची उधळण करीत राहिले. चहाचा कप मास्तरांच्या हातात देताना काहीच घडलेलं नाही असं भासवीत मी त्यांच्या नजरेला नजर दिली. मास्तरांच्या त्या नजरेत असंख्य अगणित अर्थ होते. माझा हा सगळा संसार, माझ्या देहावरील ओसंडणाऱ्या तृप्तीसह– त्यांचाही होऊ शकला असता. हे

वास्तविक माझ्याही मालकीचं होण्याची शक्यता होती– हा सरळ सरळ भाव मास्तरांच्या नजरेत होता. हां हां म्हणता त्यांच्या डोळ्यांतून पाणी आलं.

'मास्तर–'

'काही नाही, काही नाही. माझे डोळे बिघडले आहेत. सारखं पाणी येतं. तुझ्या मिस्टरांचं चष्म्याचं मोठं दुकान आहे हे मला माहित होतं. म्हणून सरळ तुझ्याचकडे उतरलो. म्हटलं आपल्या शिष्योत्तमेचा संसार पाहावा, चष्म्याचंही काम उरकावं.'

मला मग माझाच राग आला. माझ्या नीट मांडलेल्या, सजवलेल्या घराचा राग आला आणि बाळसेदार, घाटदार शरीराचा उबग आला. मी मनापासून म्हणाले, 'फार उत्तम विचार केलात. तुम्ही एवढा मोकळेपणा दाखवलात ह्याचा फार आनंद वाटला, चांगले चार दिवस रहा. आपण मजा करू.'

आमच्या 'ह्यांना' भारी आवडनिवड. माणसंही काही मोजकीच आवडतात ह्यांना. मास्तरांचं आणि ह्यांचं जमतं की नाही ह्या फिकिरीतच होते मी. पण हां हां म्हणता दोघांची गट्टी जमली आणि डोळे तपासण्याचं काम वगैरे झालं तरी दोन दिवस राहिल्याशिवाय जायचं नाही म्हणून ह्यांनी मास्तरांना बजावलं.

तरी मास्तर काल गेलेच. अचानक गेले. मी जीव तोडून तोडून सांगितलं, एवढी समजूत काढली तरी त्यांचा व्हायचा तो समज झालाच. विचार करून डोक्यात मुंग्या पडायची वेळ आली ती ह्यामुळेच. आणखी किती समजूत घालायची तरी बाई एखाद्याची? भावना व्यक्त करायला शेवटी शब्द कमी पडतात हेच खरं. असं अकस्मात जाण्यापूर्वी कमीत कमी मास्तरांनी 'ह्यांचा' विचार करायला हवा होता. पण नाही केला मास्तरांनी विचार. वास्तविक मास्तरांनी जायला नको होतं. स्वतःला अपराधी तर मुळीच समजायला नको होतं. पण कुणी कसा ग्रह करून घ्यावा हे सांगणारी मी कोण? प्रत्येकजण स्वतःचा, स्वतःच्या विचारांचा, स्वतःच्या हालचालींचा मालक असतो. हे जरी सगळं खरं असलं तरी घडलेल्या घटनेबद्दल मला काहीच म्हणायचं नव्हतं. पण मास्तरांना नेमकं हेच समजलं नाही. माझ्याजवळ कोणत्याच तऱ्हेची प्रतिक्रिया नसण्याइतकी मी तटस्थ आहे, 'शून्य' आहे हे त्यांना आकलन होऊच शकलं नाही. आणि मी समजून सांगण्याचा प्रयत्न करूनही त्यांना समजलं नाही.

काल ते ठरलेल्या वेळेपेक्षा लवकर परतले. 'ह्यांनी' व मास्तरांनी बाहेरच जेवण घेतलं होतं. डोळे तपासण्यापूर्वी जे एक औषध डोळ्यात घालायचं असतं ते औषध डोळ्यात टाकून ते घरी परतले होते. येताना त्यांनी माझ्यासाठी मोगऱ्याची वेणी आणली. मी ती लगेच डोक्यात माळली. सहज म्हणून

आरशात डोकावून पाहिलं आणि आरशापासून दूर व्हायच्या आतच मास्तरांनी मला पाठीमागूनच मिठी मारली. हे एवढं अनपेक्षित होतं, की मी कोणतीच प्रतिकिया दाखवू शकले नाही. सगळी गात्रे बधिर झाली. मास्तरांचा विळखा सैल केव्हा झाला हेही कळलं नाही. मी थोडीशी भानावर येते न येते तोच बाहेरचं दार वाजलं. मास्तर बाहेर गेले होते. मास्तर गेले ते दोन-तीन तासांनी परतले. माझ्याकडे पाहाण्याचं टाळत ते जाण्याची तयारी करू लागले. त्या क्षणी मला मास्तरांची फार कीव आली. त्यांच्या वृत्तीतला दुबळेपणा प्रकर्षानं जाणवला. मनाला जे काय वाटलं ते उघड उघड दाखवण्याचा प्रामाणिकपणा त्यांनी मघाशी केला तो उभ्या जीवनात प्रथमच असावा. आणि तसं करून मोकळं होताच त्यांची त्यांना शरम वाटली असावी. मनात बराच काळ दाबलेले कढ, कोंडलेले विचार व्यक्त करताच माणसाला किती मोकळेपणा वाटतो. आणि इथं मास्तरांचा संकोच वाढला होता. ते आणखीन गुदमरून जात होते. ह्यातच मास्तरांचा मोठेपणा होता. त्यांना कुणीतरी सावरायला हवंच होतं. मनातल्या सगळ्या भावना दूर झाल्या. केवळ सांत्वनाची भावना प्रखर झाली. मी मग मास्तरांच्या जवळ गेले. त्यांच्या पाठीवर हात ठेवला. त्यांनी माझ्याकडे पाहिलं. त्यांचे दोन्ही हात हातात धरून मी त्यांना नीट बसवलं.

'मास्तर...'

'मला माफ कर.'

'मास्तर त्यात विशेष काय झालं?'

'तसं व्हायला नको होतं.'

'पण ते अनपेक्षित नव्हतं' – मी.

'म्हणजे?'

'पण ते अनपेक्षित नव्हतं.'

'नीट सांग ना.'

'ज्याबद्दल आपण चर्चा करावी असं आधी घडलेलंच नाही. एखाद्या व्यक्तीच्या मनात मला पाहून तशी काही भावना निर्माण होणं चांगलं नसलं तरी गैरही नाही. त्या दोन्हीला खरं म्हणजे महत्त्व नाही. जोपर्यंत माझ्याजवळ त्या गोष्टीसंबंधी अनुकूल किंवा प्रतिकूल कोणतीच प्रतिक्रिया संभवत नाही– तोपर्यंत त्यातून वाईट किंवा चांगलं काय निर्माण होणार?'

'मला काहीच कळत नाही.' – मास्तर म्हणाले.

'थोडक्यात म्हणजे मघाशी काही घडलं आहे हे मी विसरले आहे.'

'तो तुझ्या मनाचा मोठेपणा आहे.'

'छे छे, तुमचा गैरसमज होतोय. माझ्या मनात रागही नाही, लोभही नाही.

तुमच्या दोन तोंडात माराव्याशा वाटून मी जर त्या मारल्या नाहीत किंवा स्वत:च्या मनाविरुद्ध केवळ तुमच्या समाधानासाठी तुम्हाला हव्या त्या हालचाली करून दिल्या असत्या तर त्याला मोठेपणा म्हणता आला असता. एखाद्या बागेतल्या पुतळ्याचं तुम्ही चुंबन घेतलं तर पुतळ्याजवळ त्याची काही नोंद रहाते का? अगदी तसंच झालं. तुम्हाला माझ्याबद्दल जे काही वाटून गेलं ते क्रियेनं दाखवणं शक्य होतं. मला जे काय नंतर वाटलं ते व्यक्त करायला शब्दांव्यतिरिक्त दुसरा पर्यायच नाही.'

'मी काय सांगू तुला आता? आणि कोणत्या शब्दात सांगू?' मास्तरांचा स्वर अद्यापि अपराध्याचा होता.

'तुम्ही काही सांगू नकाच. शब्द अपुरे पडतील. न सांगता मला सगळं समजलं आहे. म्हणूनच सांगते, की तुम्ही अपराध्यासारखे वावरू नका. हे सगळं सांगण्याचा हेतू हाच की, तुम्ही गुन्हेगार झालो ह्या भावनेत राहू नका व मघाशी मी गप्प राहिले ह्याचा अनुकूल अर्थही लावून घेऊ नका. इथं मस्तपैकी रहा. मजा करा. ह्यांना तुम्ही आवडले आहात. त्यांचा व्यवस्थित निरोप वगैरे घ्या; मग जा. जातानासुद्धा आपण काही तरी गमावलं अशासारखी भावना बरोबर घेऊन जाऊ नका.'

'पण–'

'आता काही नाही. आपल्या शिष्येने– एका स्त्रीने आपल्या व्यंगावर– व्रणावर पांघरुण वगैरे घातलं असं मनातही आणू नका. ह्या बाबतीत मी तटस्थ राहू शकते ह्यावर विश्वास ठेवा.'

–ह्या एवढ्या समजावण्याचा काही उपयोग झाला नाही. सकाळी पाच वाजता उठल्यावर पाहाते तो खोलीत मास्तर नाहीत. अपराधी भावनेनं त्यांनी जावं– मी काय म्हणते ते त्यांना कळू नये ह्याचा मला खेद वाटला. त्याहीपेक्षा आता मला 'हे' विचारतील मास्तर एकाएकी का गेले म्हणून. त्यांना काय सांगणार आता? आज मास्तरांचा नंबर काढून द्यायचा होता डोळ्यांसाठी. ह्यांचे व त्यांचे बेतही ठरले असणार. आणि आता एकाएकी मास्तर गेले हे समजलं तर स्वारी फार गरम होईल. ह्यांच्यापासून काही लपवून ठेवायला मला आवडत नाही. पण कालची घटना कशी सांगायची बाई? बरं सगळं सांगितलं आणि वर म्हणाले, मास्तर त्यातले नाहीत; तर कोणता पुरुष ह्यावर विश्वास ठेवील? माझ्याही मनात काही नव्हतं व नाही – हे तरी त्यांना कसं पटेल? खुद्द मास्तरांना नाही पटलं. मग ह्यांना कुठं पटायला?– छे बाई. नसता घोळच होऊन बसला. सकाळी पाच वाजता उठल्यापासून विचार करते आहे. मास्तरांचा व ह्यांचा. मास्तर आणि 'हे' ह्या दोघांत 'हे' जवळचे. पण बाई असं

काही घडलंय की त्यामुळे त्या एका बाबतीत मास्तरच जवळचे ठरले आहेत. आधीच 'हे' थोडेसे विक्षिप्त. आता विक्षिप्तच नाही तर काय?– सकाळचे सात, ही काय गजर लावून उठायची वेळ? होईलच आता गजर. आवाज कसा डोक्यात जाऊन बसेल त्या गजराचा. दोन तास मास्तरांवर विचार करून डोकं झालं हलकं. त्यात 'ह्यां'ची भीती. घड्याळाचा गजर ऐकवणार नाही. आणि आमचे 'हे' तरी काय? सात वाजता कसला गजर लावायचा– मी नाही का हाक मारायला? पण नाहीच ते. अस्सा काही तरी चक्रमपणा करायचा. – अग बाई. –किती गंमत. सापडलं मेलं उत्तर. किती सोपं. छे छे. एखादी वस्तू हरवते. आपण शोध शोध शोधतो. कुठं तरी मेली सापडते. पण जिथं ती सापडते तिथं काही प्रथम पाहाण्याची इच्छा होत नाही. आत्ताचंच पाहा की. मास्तर का गेले?– ह्याचं उत्तर किती जवळ होतं ते. हो बाकी! एवढ्या जवळ असण्याची अपेक्षा नव्हती. म्हणून तर दोन तास मेंदूचा भुगा करीत बसले. झालाच की गजर.

उठा, राजेश्री, उठा आळोखेपिळोखे देत. या मग सावकाश चहा प्यायला. आणि अगदी डोळे मोठे करीत पुनःपुन्हा विचारा,

'मास्तर का गेले असे अचानक?'

–मग मी सहज म्हणेन,

'मास्तर ना, गेले बाई. असेच आहेत पहिल्यापासून. थोडेसे तुमच्यासारखेच, विक्षिप्त-चक्रम.'

आणि ह्यांना ते पटेल.

♦

फिरते पंखे

'शांताराम बोडस नावाचे गृहस्थ तुम्हाला भेटण्यासाठी थांबले आहेत.' निरोप आणणाऱ्या वामनकडे मी समोरच्या आरशातून पाहिलं. ओठावर चिकटवलेली मिशी उपटून काढीत मी म्हणालो, 'त्यांना थांबायला सांग.'

गृहस्थ माझ्या परिचयाचा नव्हता, नावावरून काही थांगपत्ता लागेना. सगळे नातेवाईक आठवून पाहिले. मित्रांची नावं आठवून पाहिली. मित्रांच्या मित्रांची पण नावं डोळ्यासमोर आणली. त्यात शांताराम बोडस नावाची कुणीही व्यक्ती नव्हती. तोंडाचा रंग पुसून मी रंगपटातून बाहेर आलो. मला पाहाताच बोडस उठून उभे राहिले. त्यांच्याकडे मी 'काय काम आहे, आपण कोण, माझा किती वेळ घेणार आहात' अशा अनेक अर्थांनी रोखून पाहिलं. माझ्या नजरेतले सगळे अर्थ त्या प्राण्यानं ओळखले असावेत. चेहेऱ्यावरचा घाम पुशीत ते लगबगीनं म्हणाले,

'काम थोडं आहे. माझं नाव बोडस. फार वेळ घेत नाही तुमचा!'

आता चेहेऱ्यावर कोणता भाव ठेवून उभं रहावं ह्या विचारात मी पडलो.

'बस् बस्! अगदी असाच अभिनय आणि अगदी ह्याच आविर्भावात तुम्ही दुसऱ्या अंकातल्या मृणालिनीबरोबर उभे होतात.'

मी आणखीच गडबडून त्यांच्याकडे पाहिलं. बोलण्यात काही उतावीळ झाली की काय ह्या विचारानं ते संकोचले. थोडंसं घुटमळत ते म्हणाले,

'मला तुमचं काम फार आवडलं.'

पुन्हा ते गप्प बसले. पुढं काय बोलावं हे त्यांना सुचत नव्हतं. संभाषण चालू रहावं असं त्यांना फार वाटत असलेलं दिसलं. मला आला होता थकवा. थकवा म्हणण्यापेक्षा मनात एक तऱ्हेची पोकळी निर्माण झाली होती. आता तालमी नाहीत, नकला पाठ करणं नाही, प्रयोग कसा होईल, ऐन वेळी आपण एखादं महत्त्वाचं वाक्य विसरणार तर नाही ना– असली हुरहुर नाही, काही नाही. चढलेला कैफ रंगाबरोबर धुतला गेला होता. पाठीमागं खोबरेल तेलाच्या वासाबरोबर फक्त आठवणी रेंगाळत होत्या. कुणाशी बोलू नये, कुणी दिसू

नये, काही ऐकू नये, फक्त धुपाचा वास लक्षात ठेवावा, मखमली स्पर्श आठवावा, असं वाटण्याची ती वेळ. –नाटक संपल्याबरोबरची. 'तुम्ही दमलेले आहात आत्ता. मी तुमचा जास्त वेळ घेत नाही. तुमचं काम आवडलं एवढंच सांगायचं होतं मला. मला तुमचा पत्ता सांगता का?'
नक्कल पाठ म्हणावी तसा मी पत्ता सांगितला. सांगितला म्हणण्यापेक्षा म्हणून दाखवला. तो पत्ता मनाशी पुटपुटत बोडस निघून गेले.

त्यानंतर मी बोडसांना चक्क विसरून गेलो. नाटकाच्या स्मृतीतच मी अजून मश्गुल होतो. कुणीतरी ओळखीचं भेटलं की त्यानं म्हणावं, 'मोठा मजा उडवलात त्या दिवशी.' एवढं कुणी नव्यानं सांगून गेलं की पुन्हा सगळ्या आठवणी ढवळून निघायच्या. नाटकातील वाक्यं डोळ्यासमोर फेर धरून नाचायला लागायची. फूटलाईटचा झगझगीत प्रकाश अंगावर पडल्यासारखं वाटायचं. धूपाचा वास सुटल्यासारखा वाटून नाकपुड्या अधीर व्हायच्या. आणि ह्या साऱ्या आठवणींबरोबर निर्माण झालेली पोकळी पण आणखी तीव्रतेनं जाणवायला लागायची.
अशा काहीशा विचित्र अवस्थेत मी असताना बोडस पुन्हा भेटले, तेव्हा मी त्यांना ओळखलं नाही.
'नाही ना ओळखलंत?'
–मी प्रांजल नकार दिला.
'तुम्ही काय बुवा कलावंत. अजून लक्षात नाही आलं? मी बोडस.'
'व्हेरी सॉरी हं.' वास्तविक मला बोडसांचं पहिलं वाक्य बिलकूल आवडलं नव्हतं. त्यातल्या 'कलावंत' ह्या शब्दाला निराळीच 'झिलई' चढली होती.
'चला, चहा घेऊ या.' बोडस म्हणाले.
'ऑफिसला उशीर होईल.' –मी पळवाट शोधली.
'होऊ दे एक दिवस माझ्यासाठी.' असं म्हणत बोडसांनी मला हात धरून खेचीतच समोरच्या हॉटेलात नेलं.
चहा पितापिता त्यांनी मला विचारलं,–
'तुमच्या ऑफिसमध्ये फोन आहे का?'
'आहे.'
'तुम्हाला मिळू शकतो ना?'
'मिळतो की.'
बोडसांनी खिशातून एक वही काढली. टाईप केलेल्या कागदांची ती पाठकोरी वही होती. तिला ब्राऊनपेपरचं कव्हर होतं आणि वाण्याच्या चोपडीप्रमाणं एक

लहानशी पेन्सिल बांधलेली होती. वहीची दहाबारा पानं उलटून त्यांनी माझ्या पत्त्याचं पान काढलं.

'हा तुम्ही दिलेला त्या दिवशीचा पत्ता. सांगा तुमचा फोन नंबर. इथंच लिहून ठेवतो.' वळणदार अक्षरात त्यांनी माझ्या नावासमोर माझा नंबर लिहिला. वही खिशात ठेवली. मग त्याच खिशातून त्यांनी तसलीच दुसरी वही काढली. तिलाही ब्राऊन पेपरचं कव्हर होतं आणि पेन्सिलही बांधलेली होती. तिच्यातल्या एका पानावर तारीख टाकून त्यांनी खाली लिहिलं–

'चहा– चार आणे.'

'नेहमी तुम्ही असा बारीकसारीक हिशोब जेव्हाच्या तेव्हा लिहून ठेवता?' मी साश्चर्य विचारलं.

किंचित ओशाळवाणे हसत बोडस म्हणाले, 'लिहितो झालं. आपलं एक वेड. बाकी त्याला विशेष अर्थ नाही.'

फार थांबायला वेळ नव्हता.– त्यांनाही आणि मलाही. आम्ही उठलो.

पुन्हा मी बोडसांना विसरलो. वास्तविक बोडस ही व्यक्तीही लक्षात रहावी अशी नव्हती, आणि मी त्यांना लगेच विसरावं अशातलाही भाग नव्हता. पण मी त्यांना विसरलो एवढं मात्र खरं.

परंतु बोडस मला विसरायला तयार नव्हते. त्यांनी मला पुन्हा रस्त्यात गाठलंच.

'काय– कुठं?' त्यांनी प्रश्न केला.

'अमुक एका ठिकाणी असं नाही. सहज स्वच्छंद भटकायचं म्हणून बाहेर पडलोय.' मी म्हणालो.

'मग आता माझ्याच घरी चला.'

माझ्या परवानगीची किंवा खुशीची वाट पाहायची बोडसांना जरूरच वाटली नाही. एकदम माझा हात धरून ते मला चालवू लागले. मी त्या वेळेला खरोखरच काहीही घडलं तरी चालेल अशाच मन:स्थितीत होतो. तेव्हा मीही मुकाट्यानं त्यांच्याबरोबर चालत राहिलो.

बोडसांनी एकाच खोलीत आपलं बिऱ्हाड थाटलं होतं. त्यांच्याइतक्याच त्यांच्या बायकोनं अगत्यानं माझं स्वागत केलं. खोलीच्या मध्यभागी त्यातल्या त्यात एक पडदा लावून खोलीचे दोन भाग केलेले होते. खोलीत सामान फारसं नव्हतं. समोरच एक भलं मोठं शेल्फ होतं. त्यात कपड्यांमागून भांड्यांपर्यंत सगळ्या वस्तू होत्या. औषधांच्या बाटल्या, पुस्तकं, वह्या, एक टेबललँप, दोन ट्रंका, चादरी, उश्या– सगळंसगळं. मी सगळ्या गोष्टी टिपीत होतो. बोडस माझ्याकडे पाहात होते.

'एकदा सगळी रचना बदलायची आहे खोलीची.' जणू काय एवढ्या वस्तू एका

शेल्फात कोंबून त्यांनी काही गुन्हा केला होता आणि मी त्याचा जबाब विचारायला आलोय अशा सुरात बोडस म्हणाले.
पोहे-चहापानाचा कार्यक्रम झाला. खूप गप्पाही झाल्या. माणसांचे खूप भुकेले दिसले मला बोडस. त्यांची बायकोही चांगली गप्पिष्ट दिसली. इतकी की, तेवढ्या अल्प परिचयात त्या दोघांनी एकमेकांमधले मतभेदही मला सांगायला कमी केलं नाही. माझ्या खूप जवळ येण्याची बोडसांची इच्छा दिसली आणि मलाही वाटलं, की हा गृहस्थ थोडा मर्यादेबाहेर जवळ आला तरी चालेल. आम्हा दोघांच्या तीव्र मैत्रीच्या इच्छेमधेच 'अहो'चा गुणगुणणारा डास मारला गेला आणि आम्ही एकमेकांना एकेरी नावानं हाक मारू लागलो. तरीसुद्धा माझा बोडसकडे जेवढा ओढा होता त्याच्या कितीतरी पट अधिक त्याचा माझ्याकडे होता. पंधरावीस दिवसात मी कुठं दिसलो नाही की त्याची माझ्याकडे चक्कर ठरलेलीच. बोलण्याची सुरुवातही ठरलेलीच–
'तू काय बुवा, कलावंत. लहरी. तुझं सगळं और.'
मीही हसून म्हणायचो, 'खरं म्हणजे, पहिल्यांदा मला तुझ्या ह्या वाक्याचा फार राग आला होता.'
'का बुवा?'
'त्यातल्या 'कलावंत' ह्या शब्दाला निराळीच झिलई चढली होती.'
त्यावर तो प्रांजलपणे म्हणायचा,–
'नाही रे नाही. अगदी साधे-साधे शब्द आहेत माझ्याजवळ. झिलई अशी कसलीच नाही त्यांच्यावर.'
खरोखरीच शांताराम बोडस अगदी साधा होता. ह्या शतकात न शोभणारा. डावपेचाचं वारं न शिवलेला. निंदा, हेवा, टवाळी हे शब्द त्यानं फक्त शब्दकोशातच वाचलेले आणि वाचल्याबरोबर लगेच विसरलेले असावेत. त्याचं जीवन दोन बिंदूंना जोडणाऱ्या रेषेसारखं होतं. त्याला स्वत:चा असा मंद, पण निश्चित वेग होता. त्या वेगापेक्षा जास्त वेगानं ते कधी धावलंही नाही आणि अडथळ्यापाशी फार वेळ रेंगाळलंही नाही. सुरुवातीला वाटला त्यापेक्षा बोडस खूप निराळा होता. परिस्थितीनं तो गांजलेला होता. माझ्या आणि त्याच्या प्राप्तीमधे जमीन-अस्मानाचा फरक होता. पण यशस्वी आयुष्यक्रमाच्या दृष्टीनं शांताराम निश्चित वरचढ होता. त्यानं आयुष्य हा एक विषय समजून त्याचा अभ्यास केला होता. काही आडाखे बसवले होते. आकडेमोड हातात ठेवली होती. माझं आयुष्य मात्र खुर्द्यासारखं होतं. त्याला बांधीलपणा नव्हता, चाकोरी नव्हती, कड नव्हती. शांताराम माझा हा बेहिशेबी कारभार पाहून गलबलायचा. घाबराघुबरा व्हायचा. त्याला माझ्यासाठी खूप काहीतरी करावंसं वाटायचं. मला

कुणीतरी फसवील ह्याची त्याला धास्ती वाटायची. तो मला त्याच्याकडून जेवढं जपता येईल तेवढं जपू लागला. सरसकट सगळे पैसेवाले लोक पैशाच्या व्यवहारात भोळे असतात, कारण पैशाची काळजी करण्याचं त्यांना कारण नसतं आणि म्हणूनच बाकीचे लोक त्यांना फसवायला टपलेले असतात असा त्याचा सरळसरळ समज होता. अशा सगळ्या माणसापासून मला वाचवलं पाहिजे हे त्याचं ठाम मत होतं आणि तशी जबाबदारी त्यानं आपण होऊन उचलली होती. माझ्याकडे तो वेळात वेळ काढून धावतपळत यायचा तेव्हा त्या येण्यामागं मला सावध करण्याचा हेतू असायचा. कोणती वस्तू कोणत्या दुकानात किती नव्या पैशांनी स्वस्त आहे हे तो न विचारता मला सांगायचा. एकदा असाच तो अगदी उन्हाचा माझ्याकडे आला होता. मी चांगली तण्णावून दिली होती. त्याच्या हातात एक चौकोनी खोका होता.
'इकडे कुठं उन्हाचा बाबा?' मी विचारलं.
'तुझ्याचकडे.'– घाम टिपीत तो म्हणाला.
'सहज?'
'म्हटलं तर सहज, म्हटलं तर कामही आहे. आठ दिवसांपूर्वी मी हा कॅमेरा घेतला. साधाच आहे, गरिबाचा. अठ्ठेचाळीस रुपये दिले. फोर्टमध्ये अठ्ठेचाळीस. दादरला मात्र आठ आणे जास्त पडतात हो. डी मॉडेल बॉक्स.'
'कसे काय रिझल्टस् देतो?'
'चांगले देतो. पण तू घेणार असलास तर मात्र 'डी मॉडेल' घेऊ नकोस. 'ई मॉडेल' घे. बाराच रुपये जास्त पडतात, पण पोर्ट्रेट लेन्स असतो, फिल्टर असतो. मी मुद्दाम तुला सांगायला आलो. मी थोड्यासाठी फसलो, तसा तू फसू नकोस. तुझ्याकडे येईपर्यंत दम निघत नव्हता. म्हटलं, तूही कॅमेरा घेतोस की काय आणि माझ्यासारखा फसतोस की काय?'
'अरे, पण कॅमेरा ह्या विषयावर आपलं कधी बोलणं तरी झालं होतं का?'
'नाही रे. तसं काहीच नाही. पण धास्तावलो होतो एवढं खरं.'
माझी मला लाज वाटली. त्याचा भाबडा आणि माझ्यासाठी धडपडणारा स्वभाव पाहून मला गुदमरल्यासारखं वाटू लागलं. दोनच दिवसांपूर्वी मी एक रोलीकॉर्ड सेकंडहँड कॅमेरा साडेचारशे रुपयांना विकत घेतला होता. मध्यस्थी करणाऱ्या माणसानं पंचाहत्तर रुपये खाल्ले हेही मला नंतर समजलं होतं. आता शांतारामला तो कॅमेरा दाखवायची इच्छा असूनही मी तो दाखवू शकत नव्हतो. शांताराम पुढं म्हणाला,–
'तुझं काम काय बुवा– बडं आहे. कॅमेरा घ्यायची वेळ आलीच तर तू थोडाच अशला डबडा कॅमेरा घेणार आहेस? पण तरीसुद्धा तुला तातडीनं सांगावसं

वाटलं. अच्छा! जातो मी.'
'अरे! कमालच केलीस! एवढ्या उन्हाचा धापा टाकीत आलास तो एवढ्याचसाठी?'
'होय रे बाबा, अगदी एवढ्याचसाठी.'
आणि शांताराम बोडस निघून गेला.

त्यानंतर तो असाच येत राहिला, नविन काही केलं– आणलं की आवर्जून मला सांगत राहिला. त्या धावपळीमागं, सांगण्यामागं, केवळ मला वाचवणं, सावध करणं एवढाच उद्देश असायचा. माझ्यापेक्षा कमी प्राप्ती असूनही त्या एका खोलीतल्या संसारात त्यानं खूप क्रांती केली होती. ते 'ऑल इन् वन् शेल्फ' जाऊन त्याची जागा आता एका लोखंडी आरशाच्या कपाटानं घेतली होती. त्या वेळीही तो मला असंच सांगत आला होता. दादरमधल्या एका दुकानदाराकडून, त्याला वारंवार सूचना देऊन-देऊन त्यानं स्वतःला हवं तसं, हव्या त्या रंगाचं कपाट बनवून घेतलं होतं. त्यापायी त्याला गोदरेजपेक्षा जास्त किंमत मोजावी लागली होती. पण कपाट झालंही होतं असं की पाहाणाऱ्याला एकदम गोदरेजचं नाही असं म्हणताना हिय्याच करावा लागला असता. मला तसंच कपाट करवून घ्यायचं आहे का हे विचारायला तो पुन्हा पुन्हा माझ्याकडे आला होता. नंतर असंच त्यानं शिवण्याचं मशीन घेतलं तेव्हा तो माझ्याकडे आला होता. तीच धावपळ सीलिंग फॅनच्या वेळेला. प्रत्येक वस्तूच्या खरेदीच्या वेळी तो त्या त्या वस्तूंचं एक माहितीपत्रक आणि 'प्राईस लिस्ट' माझ्याही घरात आणून टाकीत असे. रेडिओ, इस्त्री एवढंच काय थर्मास, टाइमपीस, फाऊन्टन अशा गोष्टीही मला दाखवायला तो प्रामाणिकपणे यायचा. एवढं सगळं होऊनही त्यानं घेतलेली एकही गोष्ट पाहायला मी अद्याप त्याच्या घरी गेलो नव्हतो. नंतर माझं लग्न झालं तेव्हा मला आपलेपणानं सांगून गेला,–
'हे बघ, काय वाटेल ते कर, पण पहिली तीन वर्षं मूल होऊ देऊ नकोस. मजा करण्याचा तेवढाच काळ– पुढं अडचणींचा सुकाळ विचारू नकोस.'

खूप दिवसांत शांतारामची फेरी झाली नव्हती. सौ. माहेरी गेली होती. रविवारच्या दुपारच्या झोपेचा मोह टाळून मी शांतारामकडे गेलो. दरवाज्यात उभा राहून पाहू लागलो. स्टुलावर स्टूल ठेवून शांताराम सीलिंग फॅन काढण्याची धडपड करीत होता. बायको त्याला मदत करीत होती. शेजारच्या पलंगावर छोकरा झोपला होता. पंख्याची ब्लेड्स काढून झाली होती. शांताराम मधला ड्रम हातात धरून हूकमधून पंखा काढण्याची केविलवाणी धडपड करीत

होता. मी पुढं झालो आणि आम्ही दोघांनी मिळून पंखा खाली काढला.
'हा काय उपद्व्याप चाललाय? रविवारची मस्त झोप घ्यायची ती.'
'दर दोन महिन्यांनी येणाऱ्या रविवारी आमचा हा कार्यक्रम ठरलेला आहे. त्या दिवशी कुणाला जेवायला बोलवायचं नाही, दुपारचा सिनेमाही ठेवायचा नाही.'
'पण हे सगळं का?'
'हा आहे इंडियन फॅन. त्याला वेळेवर ऑइलिंग केलेलं बरं. नाही तरी कंपनीचे लोक येऊन काय करतात दुसरं?'
'अजब आहे बुवा. तुझं आणि वहिनींचं कौतुक करावं तेवढं थोडं आहे... हेच का करवून घेतलेलं कपाट?'
'होय. निर्मला, त्याला जरा कपाट दाखव. तोपर्यंत मी हे काम संपवतो.'
निर्मलेनं उत्सुकतेनं आणि तत्परतेनं सगळं कपाट मला दाखवलं.
'आणि काय रे, कपाटाच्या पलीकडे ती एवढी बटणं– रंगीबेरंगी. हा काय प्रकार आहे?'
निर्मला पुढं होऊन सांगू लागली,
'हे पांढरं बुश् बटण ट्यूब-लाईटचं. हे दुसरं तांबडं साध्या दिव्याचं. रेडिओ चालू असला की ही ट्यूब लावता येत नाही. कारण ट्यूब-लाईटचा रेडिओला त्रास होतो. म्हणून त्या वेळेला आम्ही साधा दिवा लावतो. हे तिसरं बटण नाईट-लँपचं. धाकट्या राजांना रात्री दिव्याशिवाय झोप येत नाही. हे चौथं बटण आतल्या दिव्याचं. आंघोळीच्या वेळी हा मधला पडदा ओढला की आत अंधार होतो. त्यासाठी हा दिवा लावावा लागतो.'
'आणि हा पडद्यावरच बाहेरच्या बाजूनं दिवा कशाला?' मी कुतूहलानं न राहवून मधेच विचारलं.
'सांगते ना. पडदा पातळ कपड्याचा आहे. त्यामुळं आत दिवा लावला की बाहेरून आतलं सगळं दिसतं. तेव्हा आतल्यापेक्षा बाहेर जास्त उजेड हवा. त्यासाठी हा पाचवा दिवा.'
'म्हणजे चार आणि पाच नंबरचे दिवे एकदम लावायला हवेत.'
'अर्थातच.' निर्मला मोकळं हसत म्हणाली.
'पण मग त्यापेक्षा मधला पडदाच जाड कापडाचा का नाही शिवीत?'– मी समस्या सोडवल्याप्रमाणं विचारलं.
'जाड पडदा मागंपुढं करता येत नाही सहजासहजी. शिवाय तो घरी धुवायला त्रासदायक होतो. वाळतही नाही लौकर. अशा गमती आहेत. तुम्ही एक दिवस रहायला या आमच्याकडे. तुमची खूप करमणूक होईल एवढ्या गंमती आहेत इथं.'

एवढ्या लहान खोलीत मी तर वैतागलो असतो. ह्या पति पत्नींनी मात्र त्या लहानशा खोलीत आनंद निर्माण केला होता.

पंखा पुसता पुसता शांताराम बायकोला म्हणाला,–

'त्याला आपला फोटोचा अल्बम दाखव.'

वहिनींनी अल्बम कपाटातून काढून माझ्यासमोर टाकला. शांतारामच्या खिशातली हिशेबाची चोपडी आणि हा अल्बम ह्यात आकाराशिवाय फरक नव्हता. तेच पाटकोरे टाईप केलेले कागद आणि तसलंच ब्राऊनपेपरचं कव्हर. प्रत्येक फोटोखाली नंबर होता. आणि सर्वांत शेवटी त्या नंबरांची माहिती होती. फोटो कुठं घेतला, कसा घेतला, कुणी घेतला, फिल्म कोणती होती, फिल्टर वापरला की नाही– ह्या सगळ्याची इत्यंभूत नोंद होती. सुमारे दोनअडीचशे फोटोंची अशी नोंद ठेवणं म्हणजे खायचं काम नव्हतं.

'खरंच शांताराम, तुझी चिकाटी और आहे.'

'भाऊजी, तुम्ही आमची हिशेबाची वही पाहिलीत का हो?'

'त्याला काय असल्या गोष्टी दाखवतेस?'

'पाहू दे, पाहू दे.' मी कुतूहलानं म्हणालो. शांतारामचं त्यातही काही वैशिष्ट्य असणार ह्याची मला खात्री होती.

आणि तसेच ते होतं. तुम्ही आम्ही काय खर्च मांडू? घरात लागणाऱ्या नित्योपयोगी वस्तूसाठी त्या वहीत एकेक स्वतंत्र पान होतं. तांदूळ-डाळीपासून मीठ-मोहरी-लवंग-दालचिनीपर्यंत प्रत्येक वस्तूसाठी स्वतंत्र पान होतं. सबंध हयात स्वयंपाकघरात घालवलेल्या एखाद्या म्हातारीला, स्वैपाकात एकूण किती गोष्टी लागतात असं कुणी विचारलं तर तिलासुद्धा या प्रश्नाचं उत्तर बिनचूक आकड्यात सांगता येईल की काय याची मला जबरदस्त शंका आहे. पण शांतारामच्या या वहीत गूळ-साखऱ्या किंवा मोहरी-हिंग केवढ्याचा लागला ह्याची माहिती एका दृष्टिक्षेपात मिळाली असती. –फक्त त्या त्या पदार्थाचं पान उघडायचा अवकाश. आता मात्र मला रहावेना.

'शांताराम, मला हे सगळं पाहून गरगरायला लागलं आहे. हे सगळं तू करतोस तरी केव्हा?'

माझ्या शेजारी बसत तो म्हणाला, 'रोज रात्री.'

'यात काय अर्थ आहे पण?'

'काहीच नाही. आपलं एक वेड. एवढाच त्याचा अर्थ.'

'पण हे सगळं का मग? कशासाठी?' मी विचारलं.

शांताराम गंभीर झाला.

'हा प्रश्न आजवर मीही स्वत:ला विचारला नाही. हे सगळं पाळणं-करणं-हे

माझ्या जीवनाचं अंग होऊन बसलं आहे. माझ्या पूर्वायुष्याचा मला मागं राग यायचा. आता वाटतं, मी जो हा घडलोय त्याला माझं गतजीवन कारणीभूत आहे. तुला माहीत नाही. सांगतो ऐक– मॅट्रिकपर्यंत शिक्षण मी हॉटेलात काम करून पुरं केलंय. कपाबशा विसळण्यापासूनची सर्व कामं. ठराविक वेळेला झोपायचं. काम करताना फिरायचं तेही ठरलेल्या जागेत, ठरवून दिलेल्या टेबलापर्यंत. झोपायचं तेही फळकुटाची लांबीरुंदी पाहून... कपाटाच्या वर लावलेल्या त्या दोन फळ्या पाहिल्यास? त्यांच्यावर मी झोपत होतो. माझं हालअपेष्टांचं जीवन आईवडिलांनी पाहिलं, या फळ्यांनी पाहिलं. स्थैर्याची जीवन पाहायला आईवडील राहिले नाहीत– ह्या फळ्या राहिल्या. कपाटावर ह्या फळ्या शोभत नाहीत. पण त्या मी फेकूनही देऊ शकत नाही. प्रौढीचे आणि खोट्या मोठेपणाचे विचार डोक्यात येऊ लागले की, ह्या फळ्या मला माझं मागचं आयुष्य सांगतात. हिशोबाची आठवण देतात. बोलण्याचा हिशोब. ऐकण्याचा हिशोब. सगळं कसं ठरावीक होतं. पदार्थ ठरावीक, त्यांच्या किंमती ठरावीक. भुकेनं आणि आशेनं धावत येणारी माणसं– तीही बहुतेक ठरावीकच. आमचा मालक त्यांना काय वाटेल ते खायला द्यायचा. आम्हाला कळायचं, पण बोलता यायचं नाही. तेव्हापासून वाटू लागलं श्रम करणारे, पोटासाठी धडपडणारे, कधीही फसू नयेत. असं हे जीवन. तेव्हापासून मला ही अशी हिशोबाची सवय जडली आहे. मी हे का करतो आहे हा प्रश्न मी आजवर स्वत:ला विचारलाच नाही. वळण ठरलेलं आहे. त्याच्याबाहेर जाण्याची ताकद नाही,– इच्छा पण नाही. कुणी कुठं हरवतो, कुणी कुठं रमतो. मी आपला माझ्या जीवनातच हरवलो आहे. काही लोकांना कशात हरवायचं हे ठरवायला मिळतं. समस्येबरोबर त्यांना थोडा वेळही मिळतो. माझ्यासमोर फक्त समस्या होत्या– वेळ नव्हता. चिल्लर होती, हिशोब नव्हता. जागा नव्हती, जागही नव्हती. अशाच परिस्थितीत लागलं ते वळण आपलं म्हणालो नि त्याला शरण गेलो. बोलायचं किती, ऐकायचं किती, वास कशाचा घ्यायचा– सगळ्याचा हिशोब. ठरावीक चाकोरी. पंचेंद्रियांना आजवर स्वत:ची शक्तीच अजमावयाला मिळाली नाही. भांड्यांच्या दुकानात जमिनीपासून छतापर्यंत पितळेची भांडी लावलेली असतात. त्यांच्यातच मध्यभागी सीलिंग फॅन फिरत असतो. प्रत्येक लहानमोठ्या भांड्यावर त्या फिरणाऱ्या पंख्याचं वेडवाकडं प्रतिबिंब पडलेलं असतं. तसंच माझ्या प्रत्येक हालचालीत, बोलण्याचालण्यात, बसण्याउठण्यात, व्यवहारात– ह्या हिशोबाचं प्रतिबिंब पडलं आहे. पंखे फिरत आहेत. कधी ही प्रतिबिंब मला फिरवतात, कधी मी त्यांना फिरवतो. हे पंखे फिरायचे थांबले तर मीही थांबेन असं वाटतं...'

मी घरी परतलो. पण मन शांतारामच्या एवढ्याशा खोलीत राहिलं होतं. इतके दिवस त्याला माझं कसं होईल अशी धास्ती वाटायची. आता मला त्याचं कसं होणार याची धास्ती वाटू लागली होती. आता त्याच्या प्रत्येक कृतीमागचा अर्थ मला समजायला लागला होता. आपल्या प्रत्येक गोष्टीशी-कृतीशी तो प्रामाणिक बनला होता. हिशेबी माणसं खूप पाहायला मिळतात. पण हिशेब ठेवताना ती भावना विसरतात. जीवनातला आनंदही हिशेबाच्या पारड्यानं मोजतात. शांताराम बोडस मात्र तसा नव्हता. जीवनाचं कोष्टक बनवून त्याचं तो काटेकोर पालन करीत होता; पण हे सगळं करताना तो चिडत नव्हता, वैतागत नव्हता. त्यातून आनंद निर्माण करीत होता. आणि ह्यालाच खरं महत्त्व होतं. तो म्हणाला त्याप्रमाणं खरोखरच तो स्वत:च्या जीवनात हरवला होता. कुणी आपल्या व्यवसायाशी प्रामाणिक असतं. कुणी कुटुंबियांशी प्रामाणिक असतं. कुणी-कुणी कुठंच प्रामाणिक नसतं. पण शांताराम मात्र आपल्या आयुष्याशीच प्रामाणिक होता.

मला मुलगा झाला तेव्हा तो असाच धावतपळत आला होता. तत्पूर्वी एकदा सगळ्या प्रसूतिगृहांची यादी डॉक्टरांच्या नावासकट आणि फीसकट माझ्या हाती देऊन जायला तो विसरला नव्हता. माझ्या मुलाच्या हातात रुपयाची नोट ठेवीत तो म्हणाला,– 'पहिला मुलगा झाला ना? छान झालं. आता मात्र सावध रहा. दोन मुलात कमीत कमी सहा वर्षांचं अंतर हवं. साधारणपणे पहिल्या मुलाला स्वत:चं काहीतरी समजायला लागलं पाहिजे. आपण म्हणतो की दुसरं मूल उशिरा झालं की भावंडांना परस्परांविषयी प्रेम वाटत नाही म्हणून; पण तसं काही नाही. मी म्हणतो, तेवढं अंतर हवंच.'

'तू म्हणतोस ते खरं आहे. नव्हे, असलंच पाहिजे. मी प्रयत्न करीन. तुझं कसं काय चाललं आहे?' मी विचारलं.

'मस्त. आता बायकोही नोकरी करते.'

'आणि छोकऱ्यांचं काय? तो कुणाजवळ रहातो?'

'मेव्हणी रहायला आली आहे. कोकणात होती. मुद्दाम तिला बोलावून घेतलं. म्हटलं, आमचंही काम होईल, तिचंही शिक्षण होईल.'

'दोन्ही गोष्टी ती कशा काय सांभाळते?'

'तिला मी नाईट-स्कूलला घातलं आहे, दिवसभर ती घर सांभाळते. रात्री साडेसात वाजता मी तिला शाळेत पोचवतो आणि साडेदहा वाजता आणायला जातो. मजा आहे.'

दिवस जात होते. शांताराम अधूनमधून भेटत होता. एकदा तो मला सिनेमा थेटरात भेटला होता, त्या वेळेला मी त्याच्या मेव्हणीला प्रथम पाहिलं.

मेव्हणी, तो, बायको, लहान दोन वर्षांचा मुलगा– सगळी मजेत होती. मध्यंतरात 'जॉय'चं आइस्क्रीम खाण्याचा कार्यक्रम झाला. शांतारामच्या मनात तेव्हा 'मौज करायची; ह्यापेक्षा दुसरा विषयही नसेल. मला मात्र उगीचच त्या पाठकोऱ्या कागदांची, ब्राऊनपेपरच्या कव्हरची, पेन्सिल बांधलेली वही आठवली. मी मनाशी म्हणालो, शांतारामनं वहीत नोंद केली असेल–
'आइस्क्रीम– सव्वा रुपया.'
त्यानंतर थोड्याच दिवसांनी शांताराम मला भेटला तो रस्त्यात– सहकुटुंब. आणि आश्चर्याची गोष्ट म्हणजे निर्मलावहिनी गरोदर होती. मला पाहून शांताराम लाजेल असं मला वाटलं; पण तसं काही झालं नाही. तो व्यवस्थित बोलत होता. शेवटी मीच त्याला विचारलं,–
'हे कसं काय झालं? तुमचा हिशोब ह्यावेळी चुकलेला दिसतोय्?'
'नाही. बिलकूल नाही. फक्त नया पैशात मांडलाय्.'
'म्हणजे?'
'त्याचं असं आहे,– आमची ती मेव्हणी आहे ना, ती दोन वर्षांनी मॅट्रिकला बसणार. त्यावेळी तिला अभ्यास खूप असेल. सध्या ती घरातलं सांभाळून अभ्यासाकडे जेवढं लक्ष देते तेवढं तिला मॅट्रिकच्या वेळी जमणार नाही. आणि मॅट्रिक झाल्यावर तिला लगेच कोकणात जावंच लागेल. म्हणजे बाळंतपणात हिची पुन्हा ओढाताण आलीच. तेव्हा आम्ही दोघांनी ठरवलं की, आत्ताच मूल झालेलं बरं. म्हणजे ते दीड-पावणेदोन वर्षांचं होईपर्यंत मेव्हणीची मदत मिळेल आणि नंतर काही हिला नोकरीची गरज रहाणार नाही. कारण तोपर्यंत मला वरची जागा मिळेल.'
त्यानंतरच लौकरच शांताराम आमच्या घरी येऊन मुलगा झाल्याबद्दल पेढे देऊन गेला, तेव्हा मी घरात नव्हतो. बायकोनं मला शांताराम दोन महिन्यांच्या रजेवर गेला असून आल्याबरोबर भेटायला येणार आहे असं सांगितलं.
कबूल केल्याप्रमाणं बरोबर दोन महिन्यांनी शांताराम मला भेटायला आला. त्यावेळी माझ्याकडे इतर मित्रमंडळी आलेली होती. त्यानं मला गॅलरीत बोलावून घेतलं.
'आत चल ना. सगळी आपली मित्रमंडळीच आहेत.' मी म्हणालो.
'नको. त्यांचे विषय निराळे– माझे निराळे.'
'काय नवलविशेष? बाबालोक ठीक?' मी विचारलं.
'मस्त आहेत.'
'नवीन युवराज?'
'मजेत आहेत. काळजी फक्त मोठ्याचीच आहे.' शांताराम म्हणाला.

'म्हणजे?'

'तसं काही विशेष नाही. पण त्याला अजून कसलाच समज नाही. म्हणून भीती वाटते. धाकट्याबद्दल त्याला अतिशय जिव्हाळा वाटतो. त्याला तो मिठ्या मारायला धावतो, कुरवाळायला जातो, त्याचे हातपाय ओढतो. अगदी हालहाल करतो प्रेमापायी. तुला मी मागं म्हणालो होतो तेच खरं होतं. दोन मुलांत बरंच अंतर हवं. असा हात ओढला तर मोडतो, बाळाला त्रास होतो, हे सांगितल्यावर समजेल एवढा पहिला मुलगा मोठा व्हायला हवा. माझा हिशेब चुकला. तुझा चुकू देऊ नकोस. माझं फसलं, तू सावध रहा.'

मी त्याच्याकडे पाहात राहिलो. त्याच्या चेहेऱ्यावर माझ्यासंबंधी काळजी दिसत होती. ह्या बाबतीत मला फसवायला दुसरा कुणी कारणीभूत होणार नव्हता; माझा मीच फसणार होतो. आणि म्हणून त्याला जास्तच काळजी वाटत होती. मला वाटू लागलं की, सगळं जग फसू दे, माझं आयुष्य चुकलं तरी चालेल; पण शांताराम बोडसवर चुकण्याची पाळी येऊ नये. प्रतिबिंबावर जगणारा तो प्रामाणिक माणूस चुकू नये.

'बरंय् येतो मी.' शांताराम म्हणाला.

'तुला खरं म्हणजे आत यायला हरकत नाही. सगळे मित्रच आहेत.'

'नको. येईन पुन्हा केव्हातरी.'

'आणखी काही विशेष?'

'सब ठीक!'

'एव्हरीथिंग ओके?'

'तसं ठीक आहे. बातमी काही हवीच असली तर ऐक. घरातला सीलिंग फॅन मोडलाय्. दुरुस्त करायला हवा आहे.'

'मग आता कुणाकडून दुरुस्त करून घ्यायचा ह्यासंबंधी विचार चालू असतील.'

'तसंच काही नाही. पंखा मोडलाय आणि कधी नव्हत मीही ह्या बाबतीत जरा थंड झालो आहे. करीन सावकाश ते काम, फिरताफिरता एकदम थांबला. अच्छा. जातो मी. तुझेही मित्र खोळंबले असतील.'

शांताराम निघून गेला. फिरणारा पंखा एकाएकी बंद पडणं आणि शांतारामनंही काहीसं शांत, तटस्थ होणं, ह्याचा एकमेकांशी काही संबंध आहे का, असा मला विचार पडला. डोळ्यांसमोर भांड्यांचं दुकान उभं राहिलं. मध्यभागी फिरणारा पंखा आणि त्याची असंख्य प्रतिबिंब... असंख्य.

◆

मांजर

मुलाची तक्रार.
'आईने माझे मांजर सोडल्यामुळे मी दुःखी आहे.
आई तुम्हाला आवडत असली तरी तुम्ही तिला पोलिसकडे द्या.
समाप्त.'
दरवाज्याबाहेर भिंतीवर, माझ्या मुलानं लिहिलेली ती तक्रार वाचून मला अतोनात हसू आलं. मी तसाच ती तक्रार वाचत बराच वेळ उभा राहिलो. सात वर्षांच्या मुलाला 'दुःखी आहे' सारखे शब्दप्रयोग सुचलेले पाहून मी काही काळ गुंग झालो होतो. केवळ त्या शब्दावरूनच त्याला किती वाईट वाटलेलं असावं ह्याची कल्पना सहज आली.
माझं मन माझ्या अपराधाबद्दल खाऊ लागलं.
मांजर सोडून देण्याचा निर्णय आदल्या दिवशी रात्री आम्ही उभयतांनी घेतला होता. त्या मांजराचा हल्ली उपद्रव व्हायला लागला होता. आणि तोही आमच्या पेक्षा आजूबाजूच्या बिऱ्हाडांना! मांजराबद्दल नित्य नव्या तक्रारी ऐकायला यायला लागल्या. तेव्हा मांजर सोडून देण्याचा निर्णय आम्ही घेतला. चिरंजीवांना एक दोन दिवस वाटेल वाईट, नंतर त्याचीही सवय होऊन तो गप्प बसेल असा आम्ही विचार केला होता.
असं जरी सगळं होतं तरी आता तो मजकूर वाचून माझ्या पोटात कालवाकालव झाली. तेवढ्यात सुमित्रा बाहेर आली. तिला पाहाताच मी विचारलं,
'कुठाय बबड्या?'
'माईंच्या घरात दिवसभर रडत बसलाय. जेवलादेखील नाही. शाळेतून आल्यावर सगळ्यांनी समजूत घातली– पण त्याचा आपला एकच सूर, माझं मांजर हवंय. आत्ता पाच वाजता कंटाळून उपाशी पोटी झोपलाय.'
–कपडे, बूट न काढता मी तसाच माईंच्या घरात गेलो. माईंच्या पलंगावर बबड्या झोपला होता. कपडे चुरगळलेले होते. रडून रडून झोपल्यामुळे चेहरा

करुण, दीनवाणा वाटत होता. वाहते अश्रू गालावर सुकले होते, आणि त्याहीपेक्षा मांजराचा, घरातल्या कॅमेऱ्यावर काढलेला एक फोटो त्यानं झोपेतही छातीशी धरला होता. ते दृश्य फार केविलवाणं होतं. मघाशी जसा मी बबड्यानं भिंतीवर लिहिलेला मजकूर पाहात राहिलो तसा आता त्याचा निद्रांकित चेहेरा पाहात राहिलो. मघाशी त्याच्या बुद्धीची चमक दिसली होती आणि आता अंत:करणातला हळवेपणा!

मी असा उभा असताना माई बाहेर आल्या. काहीशा रोषानं त्या म्हणाल्या,

'आता बसा बघत. त्या पोराचा एवढा जीव होता तर कशाला सोडलंत मांजर?'

'छान, तुम्हीच आता तसं म्हणा! रोजच्या मांजराच्या तक्रारीतल्या निम्म्या तुमच्याच असायच्या.'

'त्याचं काय मनावर घेता? रोजचा मांजराला धपाटा मिळत राहिला असता म्हणजे आपोआप त्याची सवय गेली असती.'

'मग तशीच बबड्याची पण मांजराची सवय कमी होईल.'

पण माझा हा अंदाज खोटा ठरला. बबड्याचं मांजरांचं वेड कमी होईना. त्याचं घरातलं लक्ष उडालं. जेवणाखाण्यातलं उडालं. चाळीत तो कुणाशी पण नीट बोलेना. मांजराची चित्रं गोळा करून ठेवायला लागला. त्याचा तो एवढा छंद पाहून चाळीतली जो तो आता मलाच छेडायला लागला.

'छे, वसंतराव, पोरांची मनं भारी हळवी असतात. त्याला एखादं मांजर म्हणा किंवा पिल्लू म्हणा, द्याच आणून.'

'भले, तुम्हा सर्वांच्या भीतीपायी मी मांजर सोडून दिलं आणि आता तुम्हीच मला मांजर पाळण्याच्या गोष्टी सांगताय? मांजर जेव्हा होतं तेव्हा तुम्ही त्याचा राग राग करीत होतात, आणि आता...'

'रागावू नका वसंतराव, तुम्ही म्हणता तसं झालं खरं. पण बबड्या एवढा वेडापिसा होईल याची काय कल्पना? आताही तुम्हीच त्याचा हट्ट पुरवा म्हणून सांगत आहोत ना?'

'अहो पण, मांजराचं पिल्लू मिळवायचं म्हणजे रबरी फुगा आणायचा एवढं का सोपं आहे? आता परत शोध घ्यायला हवा.'

'पहिलं पिल्लू कोठून आणलं होतं?'

'ते आणलं होतं घाटकोपरहून.'

'मग तिथंच परत मिळेल, सांगून ठेवा.' पडोसी म्हणाले. 'एवढं हुकमी आहे ते?'

'तर काय!– मांजरांचा प्रॉडक्शनचा वेग माणसापेक्षा अफाट असतो.'

–पडोसींनी आमच्या ज्ञानात भर घातली.

'बरं, बरं, मी सांगतो, तुम्हीही करा प्रयत्न.' मी पडोसींना बोललो.

त्यानंतर तेवढा एकच नाद सुरू झाला. नातेवाईकात, मित्रमंडळीत, ऑफिसात, कुणाकडे बसायला गेलो तर, जिथं जाईन तिथं मी सांगत राहिलो,

'एखादं मांजराचं पिल्लू मिळालं तर हवंय.'

पण ह्याही बाबतीत अनुभव येत राहिले ते इतर वेळेसारखेच. आपल्याला हव्या असलेल्या वस्तूची आणि आपली थोडक्यात चुकामूक होणं हा अनुभव कधीच नवा नसतो.

एकदा तर मजाच झाली.

आमचा राजा कोपरकर नेहमी कोणता ना कोणता प्राणी पाळत असतो. पोपट, कुत्रा, ससा, मासे हे सर्व प्राणी त्यानं आलटून पालटून पाळलेले मी पाहिले होते. तीनचार महिन्यांनी केव्हातरी मी त्याच्या घरी जायचो तेव्हा त्याला नवीनच छंद जडलेला मला दिसायचा. अजून राजानं मांजर पाळलंय की नाही हे मला मात्र समजलेलं नव्हतं. पण त्याच्याकडे घरी जाण्यापूर्वी माझ्या मनात विचार आला, त्याच्याकडे मांजर नसलं तरी तो कुणाकडे मांजर मिळू शकेल हे नक्की सांगेल. त्याच्या घरी मी गेलो तेव्हा राजा घरात नव्हता.

स्वागत राणीनं केलं–

'भावोजी, तुम्ही बऱ्याच दिवसांनी येणं केलंत.'

'यायलाच पाहिजे. नव्या नव्या छंदांपायी तुम्ही कोणाकडे येत जात नाही, तेव्हा आम्हीच यायला हवं. कुठेत् राजेसाहेब?'

'राजेसाहेब गेलेत नव्या शिकारीचा बंदोबस्त करायला.'

–सौ. कोपरकर म्हणाल्या.

'यंदा कोणत्या प्राण्यावर संक्रांत?' मी विचारलं.

'मांजर.'

'मांजर!' मी अत्यानंदानं उडी मारली. वहिनी माझ्याकडे पाहातच राहिल्या. तरीही माझा आनंद मला लपविणं मुष्किल होतं. मीच पुढं म्हणालो,

'ह्या वेळेला तुमच्या राजाभाऊंचा छंद आमच्या उपयोगी पडणार.'

'म्हणजे?'

'मला आमच्या चिरंजीवांसाठी एक मांजर हवंय.'

'अरेरे उशिरा बोललात फार.'

'का?'

'अहो पाळलेल्या मांजराला सोडण्यासाठी हे आज चौथ्यांदा चौपाटीवर गेलेत.'

'का?'

'सळो की पळो केलं मांजरांनी. कंटाळलो फार. मीही कंटाळले आणि तेही

कंटाळले. तीनदा मांजर सोडलं आणि तीनदा हे परत यायच्या आधी मांजर घरी आलं. आज आता टॅक्सी करून गेलेत.'

मी निराशेनं म्हणालो,

'बरं मग, आता चौथ्यांदा परत आलं तर टॅक्सीने माझ्या घरी सोडा. मी टॅक्सीचे पैसे देईन.'

–वास्तविक मी स्वत: मांजराचा शौकीन नव्हतो. त्या प्राण्याबद्दल माझ्या मनात कधीच आस्था निर्माण झाली नव्हती, पण आता बबड्यासाठी मला मांजरावर प्रेम करावं लागणार होतं. मग मी 'मांजर' ह्या प्राण्याचा विचार करू लागलो. त्याचा अभ्यास करू लागलो. 'मांजर' ह्या प्राण्याची सखोल माहिती देणारं एखादं पुस्तक आहे का हे पाहू लागलो. पण तशी कुणाला गरज भासलेली दिसली नाही. बहुतेकांनी मांजर ह्या प्राण्याबद्दल सांगताना म्हटलं की, 'दगड फेकून मारण्यासाठी परमेश्वरानं तो प्राणी निर्माण केलाय.' मला ते मत आवडलं, पण तसं म्हणता येणार नव्हतं. मला त्या मतापेक्षा मांजरच आवडून घ्यावं लागणार होतं. मराठी पुस्तकं पालथी घालून पाहिली. पण मांजरावर खास पुस्तक काढलेलं मिळालं नाही. एका डायजेस्ट मासिकात मांजरावरचा ललितलेख वाचायला मिळाला– तेवढाच.

एक गोष्ट मात्र सिद्ध झाली की मांजर हा असा एक प्राणी आहे की त्याच्याबद्दल फार प्रेमानं किंवा फार रागानं, बोलावं हे लागतंच.

इंग्रजी माणूस भारी उपद्व्यापी. तो काहीतरी निराळं करीत बसतो. म्हणून मी इंग्रजी पुस्तकं पाहात राहिलो. 'हाऊ टु बिहेव वुईथ ए कॅट' वगैरे नावाचं एखादं पुस्तक नक्की मिळेल असं वाटलं. पण तिथंही निराशाच! नाही म्हणायला मांजराचे अनेक आकर्षक फोटो मात्र पाहायला मिळाले.

असं हे संशोधन चालू असतानाच, माझी खूप दिवसांपासून मागून ठेवलेली रजा अनपेक्षित मंजूर झाली; आणि मी आठ दहा दिवसांसाठी गावाला जायला निघालो.

मुंबई सोडण्यापूर्वी चाळीतील सर्व रहिवाशांना, ऑफिसातल्या सहकाऱ्यांना मी मांजराविषयी सांगून ठेवलं. मुंबईला परतणार केव्हा हेही चाळीत सांगून ठेवलं. कुणी मांजर आणून दिलंच तर आम्ही येईतो सांभाळण्याची पडोसींना विनंती केली.

मांजर नक्की मिळणार होतं. कारण मला मांजर हवी असल्याची बातमी अनेक ठिकाणी पसरली होती. माझ्याकडून, बायकोकडून, बबड्याकडून आणि आमच्यावतीने आमच्या नातेवाईकांकडून आणि मित्रांकडून!

गावाला काकाकाकुंच्या घरी आम्ही आलो. रात्रीच्या जेवणाच्या वेळेला काकू

सगळ्यांना विचारीत राहिल्या,
'लिली, दिसली का सबंध दिवसात? सकाळी नव्हती, आत्ताही नाही.'
–पण कुणालाच लिली माहीत नव्हती.
रात्री झोपेपर्यंत लिलीची तीनचारदा चौकशी झाली, पण काकूंना समाधानकारक माहिती मिळाली नाही.
दुसऱ्या दिवशी सकाळी पुन्हा लिलीची चौकशी झाली. काकांनी पण त्यात जातीनं लक्ष घातलं. मग मात्र मी विचारलं,
'कोण लिली, काका?'
तेवढ्यात काकू म्हणाल्या,
'गर्भार आहे. अगदी टेकलीय म्हणून काळजी वाटते.'
'हो पण, कोण?'– मी परत विचारलं.
'अरे, आमची मांजरी.'
'मांजरी' म्हटल्यावर सर्वांनी कान टवकारले. बबड्या खुषीत आला. मी काका-काकूंना सगळी हकीकत ऐकवली. आम्हाला मांजराच्या पिल्लाची केवढी गरज आहे हे सगळ्यांना पटवून दिलं. काका म्हणाले,
'एवढंच ना? चांगली दोन पिल्लं घेऊन जा.'
'दोन काय करायचीत?'
'ने रे, घरचीच आहेत. दोन पिल्लं असली म्हणजे नीट खेळतात. एक पिल्लू टिकत नाही.'
काकांचं बोलणं संपायच्या आतच ती फेमस, प्रेग्नंट लिली तिथं आली.
'अरे, अजून तू अशीच?'– काकांनी तिला विचारलं.
उत्तरादाखल लिली म्हणाली, 'गुर्रर म्यांव– गुर्ररर्रर्ऽ'
'बरं, बरं, होशील आज.'
–पण आज म्हणता म्हणता आठ दिवस होऊन गेले. लिली तश्शीच होती. माझी रजा संपली. मी काकूंना विचारलं,
'काकू, लिलीला तारीख कोणती दिली होती?'
'अरे, कसलं काय? चांगलेच वर दिवस काढलेन् तिने!'
'मग आता?'
'वाढव दोन दिवस रजा. होईल आज-उद्याकडे.'
मी एक एक दिवस रजा वाढवत राहिलो. लिली हुलकावण्या देत राहिली. शेवटी मी हरलो. तारीख कळत नव्हती. परत बबड्याची दहा वेळ समजूत घालीत ती मुंबईच्या गाडीत बसलो.
टॅक्सी करून बिल्डिंगपाशी आलो. सौ. म्हणाली,

‘तुम्ही आधीवर जा, आपल्या गड्याला सामान घेण्यासाठी खाली पाठवा. मी व बबड्या येतो मागून.’
‘ठीक आहे.’ असं म्हणून मी जिना चढायला लागलो.
दुसऱ्याच जिन्यात बाबूराव भेटले.
‘अरे वा, आलात का?’
‘हा, एवढ्यातच. काय खास?’
‘काल संध्याकाळी ह्याच वेळेला तुमचे दोस्त येऊन गेले. त्यांनी मांजराची दोन पिल्लं आणली होती.’
‘हो का?’
‘हो. ठेवून घेतलीत. तुमच्या खिडकीचं व्हेंटिलेटर उघडून पिल्लं आत सोडलीत.’
एवढं सांगून बाबूराव चालायला लागले. मी तिसऱ्या मजल्यावर आलो. तेवढ्यात सहाव्या मजल्यावर राहणारे गोपाळराव भेटले. सहसा माझ्याशी न बोलणारे हे गृहस्थ. पण आज मला पाहून थांबले.
‘तुमच्या चिरंजीवांना मांजराचं वेड आहे असं समजलं. काल सकाळी मी मांजराची तीन पिल्लं घेऊन आलो होतो. अगदी एकसारखी एक दिसणारी. तुम्ही नव्हतात. पण येणार हे समजलं. आमच्या सौ.नं ती पिल्लं सहाव्या मजल्यावरून फेकून दिली असती, म्हणून तुमच्या खोलीत, व्हेंटिलेटरमधून मी ती पिल्लं आत सोडलीत.’
–माझं त्यावरचं भाष्य न ऐकताच गोपाळराव चालायला लागले. आमच्या मजल्यावर येऊन रामा गड्याला खाली सामानासाठी जा म्हणणार, तेवढ्यात तो म्हणाला,
‘सेटसाहेब, मांजराचा पिल्लू, म्या सोडला आतमंदी. माज्या परलच्या दादाकडून म्या आणलात न्हवं.’
‘बरं बरं, सामानाला पळ.’
दारापाशी येऊन थांबतो न थांबतो तोच माई आल्या बाहेर.
‘आले का मुंबईकर?’
‘हो, एवढ्यातच.’
माई परत आत गेल्या व एक चिठ्ठी देत म्हणाल्या, ‘तुमचा राज कोपरकर आला होता. चिठ्ठी देऊन गेलाय.’
मी राजाची चिठ्ठी वाचू लागलो. चिठ्ठी वाचली आणि मी डोक्यावर हात मारून घेतला. राजा कोपरकरनं तर बाळंत व्हायला आलेली मांजरीच घरात सोडली होती. मी भानावर यायच्या आतच आणखीन एक पडोसी आले. त्यांच्या हातात

बाजाच्या पेटीचं खोकं होतं. ते म्हणाले,

'ह्यात पिल्लं कोंडली आहेत. हवेसाठी ह्या पेटीला भोकं पाडावी लागली. पिल्लं नुकतीच जन्माला आली आहेत. अजून डोळे उघडलेले नाहीत.'

'थँक्स.'– मी वैतागून म्हणालो.

–मी जेमतेम कुलूप काढलं. दरवाजा उघडला, आतल्या सगळ्या मांजरांचा 'कोरस' चालला होता. मांजरं खोलीभर पसरलेली होती.

मी नुसता उभा राहिलो. तेवढ्यात रामा सामान घेऊन आला. पाठोपाठ सौ. आणि कहर म्हणजे, त्यामागोमाग बबड्या व त्याच्या हातात एक मांजर!

माझ्यासमोर ते मांजर उत्साहानं धरीत तो म्हणाला,

'अगदी टॅक्सीखालीच बसलेलं होतं. मी पटकन् पकडलं. छान आहे की नाही?'

◆

कैफ

काय घडतंय हे समजायच्या आतच ती घटना घडून गेली. फुटपाथवर उभा राहिलेला, जेमतेम सहा-सात वर्षांचा तो मुलगा एकाएकी रस्त्याच्या मध्यभागापर्यंत पळत गेला. मलाच काय पण त्या मुलाकडे लक्ष असणाऱ्या प्रत्येक व्यक्तीला वाटलं की तो मुलगा पलीकडच्या फुटपाथवर जाणार आहे. पण तसं घडलं नाही. तो मुलगा एकाएकी रस्त्यात मध्यावर उभा राहिला. ब्रेकचा कर्कश आवाज झाला. बघे लोकांचा ताबा सुटून ते मोठ्यांदा ओरडले. टॅक्सीवाला खाडकन् दरवाजा उघडून बाहेर आला. त्या मुलाच्या अंगावर धावत गेला. त्याचा तो राग अनाठायी नव्हता. काही कमीजास्त घडलं असतं तर केवळ तो मुलगाच नव्हे तर टॅक्सीवालाही आयुष्यातून उठला असता. अगदी अभावितपणे मीही त्या घोळक्यात सामील झालो. मुलाला मारण्यासाठी टॅक्सीवाल्याने हात उगारला. इतर दोघातिघांनी 'जाऊ द्या, जाऊ द्या' करीत त्या टॅक्सीवाल्याला बाजूला नेलं, मी त्या मुलाला घेऊन पलीकडच्या फुटपाथकडे जाऊ लागलो. पुन: थांबत तो म्हणाला,

'मला रस्ता क्रॉस करायचा नाही.'

एवढं बोलून तो उलटा फिरला. परत पहिल्या फुटपाथवर आला. का कुणास ठाऊक. मला तो सगळा प्रकार काही निराळा वाटत होता. मी सहज घड्याळात पाहिलं. ज्या कामासाठी मी घरातून बाहेर पडलो होतो ते काम अपेक्षेपेक्षा लवकर आटोपलं होतं. त्या मुलासाठी मी थोडा वेळ सहज खर्च करू शकत होतो. मीही त्याच्याबरोबर पहिल्या फुटपाथवर आलो. तो मुलगा लगेच कावराबावरा होऊन इकडे तिकडे पाहायला लागला. 'बाळ काय हरवलं?'– स्वत:शीच तो पुटपुटला, 'शाम्या कुठाय?'–

'शाम्या कोण?'–

'माझा मित्र. शाम. आत गेला असेल पळून, मुद्दाम.'

'का?'

'तो मला पेन्सिल देणार होता.'

'कशाबद्दल?'–
'धावत्या मोटारपुढं उभा राहून दाखवं असं त्यानं मला सांगितलं, मी दाखवलं उभं राहून. आता पैज हरला म्हणून गेला पळून. त्याला पिटलं पाहिजे उद्या.'
तो बोलत होता. पण स्वत:शीच. तो स्वत: एवढा तंद्रीत होता की त्याला श्रोत्याची गरज नव्हती. फार लहान वयात त्याला मित्रानं दगा दिला होता, त्याचा त्याला धक्का बसला होता. जेवढ्या तंद्रीत, जेवढ्या उपेक्षेच्या भावनेनं तो स्वत:शी बोलत होता तेवढ्याच तंद्रीत तो चालायला लागला. त्याला आता कुणाचीही पर्वा नव्हती. सोबत नव्हती. तो एकटा झाला होता. एवढा मोठा विक्रम करावा आणि जिथं त्याची नोंद होऊन कौतुक व्हावं त्यानं अरसिकासारखी पाठ फिरवून जाणं, हा आघात फार होता.
'बाळ कुठं चाललास?'– मी विचारलं.
खांद्यावरचं दप्तर सांभाळीत तो म्हणाला, 'घरी.'
'चल. मलाही तुझ्या घरी यायचंय्. वडिलांकडे काम आहे माझं.'
'आत्ताचं सांगायचं असेल माझ्या घरी.' तो ताडकन् म्हणाला.
–मी चमकलो. मघाशी त्याच्या वागण्यानं चमकलो होतो आणि आत्ता त्याच्या बोलण्यानं!– आता तर त्याच्या घरी जायलाच हवं होतं; आणि त्यासाठी समजुतीनं घेणं प्राप्त होतं; मी समजावणीच्या स्वरात म्हणालो,
'छे छे, ह्या असल्या गोष्टी कुणी घरी सांगतं की काय?– तुझे वडील माझ्या चांगले ओळखीचे आहेत, मला त्यांना भेटायचं आहे.'
'तुम्ही मोठे आहात पण तरी खोटं बोलता! मला वडील नाहीत.'
'खरं?'– मी परत चमकलो.
'म्हणजे होते. खूप दिवसांनी म्हणजे मी खूप लहान होतो तेव्हा ते घरातून गेले.'
'असं?'
'असं आई नेहमी म्हणते.'
–जो जो मी त्या मुलाशी बोलत होतो तो तो माझं कुतूहल जागं होत होतं. ह्या मुलाला वडील नाहीत. ते घरातून गेले होते. ते हयात आहेत की नाहीत, घरी पुन्हा परतणार की नाही– हेही सांगता येणार नव्हतं. सध्या परिस्थिती एवढीच होती की पालक म्हणून त्या मुलाला फक्त आई होती आणि बाहेर असले उपद्व्याप करणाऱ्या मुलाला सुधेपणानं सांभाळायचं ही एक मोठी समस्या होती. ते पोरगं गोड होतं. काळेभोर केस, तसेच काळेभोर सतेज डोळे, चेहरा तरतरीत आणि बोलण्यातला रुबाब तर पाहायलाच नको. ओळख, परिचय नसतानाही त्याच्या घरी जाण्याचा मोह मला झाला ह्याला कारण तो विलक्षण

पोरगा!
–मी त्याच्या घरी जाणार होतो, त्याच्या आईला त्याच्या असल्या उपद्व्यापांची जाणीव देणार होतो.
पायरीजवळच्या कट्ट्यावर उडी मारीत– त्यावर चढून त्यानं कॉलबेल तीनदा वाजवली. मग माझ्याकडे पाहात तो म्हणाला,
'तीनदा बेल वाजवली म्हणजे मी!– आमचं ठरलंय असं.'
हसत हसत त्याच्या पाठीवर थोपटत असतानाच दार उघडलं गेलं. त्याची आईच तिथं उभी होती. माझ्याकडे लक्ष जाताच तिनं पदर सावरला. तिचा चेहरा थोडा शरमिंदा झाल्यासारखा वाटला. खुणेची घंटा वाजली म्हणून ती तशीच कपड्याची, पदराची फारशी पर्वा न करता दरवाजा उघडायला आली होती. स्वत:ला सावरीत तिनं विचारलं,
'कोण हवंय?'
प्रश्न विचारताना अभावितपणे तिच्या भुवयांची मोठी गंमतीदार हालचाल झाली. ती हालचाल टिपून घेत मी हसत हसत म्हणालो,
'कोण हवंय, काय?– ओळखलं नाहीस?–' तिच्यासारखी मी मग माझ्या भुवईची हालचाल केली.
'कोण, प्रभाकर तू?'
'नो, नो, मी प्रभ्या. प्रभाकर नाही.'
–तिचा पोरगा माझ्याकडे पाहात म्हणाला,
'आईचे तुम्ही दोस्त, आणि म्हणे बाबांना भेटायंचय.'
–आणि कहर म्हणजे त्याच्याही भुवया छान– अगदी तश्श्याच हलल्या. त्या तशा नेहेमीच हलत असणार. माझंच एवढा वेळ लक्ष गेलं नसणार. तो तिथून गेला तिकडंच मी पाहात राहिलो.
'ये ना, आत ये. खूप बोलायचंय तुझ्याशी. खरं म्हणजे मला तुझ्यावर कडकडून हल्ला चढवायचा आहे. पण ते राहू दे. आधी आत ये. बीऽऽ कम्फर्टेबल.'
–खूप जुना शब्द. खूप जुनी पण अजूनही तेवढीच ताजी वाटणारी लकब. खूप वर्षांपूर्वी तिच्या त्या वरळीच्या आलिशान ब्लॉकमध्ये जाऊन कैक वेळा मी तिचा पाहुणचार स्वीकारला होता. तिची ती लकब अजून कायम होती म्हणून मधली वर्षं एकदम कमीच झाली.
मी बाहेरच्या खोलीत थांबलो. रजनी काही कामासाठी आत गेली. मी इतकी वर्षे मागे गेलो होतो, धुंदावलो होतो की रजनीचा ब्लॉक पाहावा, मांडणी पाहावी. वगैरे भावनाच मला होत नव्हती.

'हं, कसा अचानक आलास असा?'– रजनी आतून येता येता म्हणाली.

'तुझ्या मुलानं आणलं.'

'अं. ते कसं काय?'

–मी मग सगळा किस्सा ऐकवला. रजनी शांतपणे ऐकत होती. सगळी हकीगत संपल्यावर मी म्हणालो, 'त्याला तू मारू वगैरे नकोस हं. मोठं गोड पोरगं आहे.' काही वेळ विचार करीत ती म्हणाली,

'मारत नाही मी कधी त्याला. एरव्ही नाही आणि ह्या अशा बाबतीत तर कधीच मारणार नाही.'

'नुसता धाक मात्र जरूर दाखव.'

'त्याचाही उपयोग व्हायचा नाही.'

'वा! काही तरी करायला हवं पण.'

'नाही रे, कशाचाच उपयोग नाही व्हायचा. तुला काही माहीत नाही म्हणून तू हे उपाय सुचवतो आहेस, पण इथं हे सगळं फोल आहे. मला त्याचा धक्का बसलाय्.'

रजनी काही काळ विमनस्क होऊन बसली. ती अंतर्यामी फार अस्वस्थ झालेली दिसत होती. तिला माझ्या अस्तित्वाचा विसर पडला– ती कुठं तरी फार मागं गेली. काही इतिहास तिच्या नजरेसमोरून सरकत असावा. कुठल्या तरी व्रणावरची खपली निघाली होती. काहीसं स्वतःशी, काहीसं मला उद्देशून ती म्हणाली,

'हे अटळ आहे. हे असंच व्हायचं, असंच होणार.'

–तिच्या माझ्यामध्ये धडाधड असंख्य दरवाजे बंद झाले. एक भल्या मोठ्या पात्राची नदी मधून वाहू लागली. पलीकडच्या तीरावरून ती कितीही मोठ्यांदा बोलली तरी आता ते माझ्यापर्यंत पोहोचणार नव्हतं, एवढं ते पात्र रुंद होतं. आणि तेवढ्यात तिचा मुलगा धावत आला. आईसमोर आपली इवलीशी मूठ उघडीत तो म्हणाला,

'दाणे खाणार?– खाणार?'

रजनी भानावर आली. माझ्या तीरावर आली. तिला मग थोडी जाणीव आली. जाग आली. तिनं मुलाकडं पाहिलं. त्याच वेळी मी तिला आत्ता सांगितलेली गोष्ट आठवली. ती म्हणाली,

'विजा, काका काय सांगताहेत?'

'मला माहीत आहे.'

'मग काय विचार आहे तुझा?'

'त्यात काय झालं?'– विजयनं विचारलं.

रजनी काही बोलली नाही. 'हे असं आहे'– अशा अर्थानं तिनं पाहिलं. तेवढ्यात विजय निघून गेला.

'काय प्रकार समजायचा?'– मी विचारला.

'तुला आता काय आणि किती सांगू?– ह्या फोटोपासूनच सुरुवात करते.' रजनीनं मला एक फोटो दाखवला. तो फोटो मोठा और होता. उजवा हात, डावा पाय आणि कपाळ, एवढे अवयव बँडेजमध्ये होते. त्या फोटोखाली आठदहा वर्षांपूर्वीची तारीख होती आणि खाली लिहिलं होतं, 'डेक्कन क्वीन.' 'ह्याचा अर्थ?'

'अर्थ कसला आलाय?– अनर्थ म्हण. मित्रामित्रांत पैज लागली, गाडीतून उडी मारली तर माणूस मरतोच का?– प्रॅक्टिस केली तर तो जगू शकेल काय?– झालं. ह्यांचे मग प्रयोग सुरू झाले.'

'ह्यांचे म्हणजे...?'

'होय, हेच विजयचे वडील. तेव्हा लग्न व्हायचं होतं आमचं. जेव्हा ओळखही नव्हती; तेव्हाची गोष्ट. रोज म्हणे प्रॅक्टिस करीत होते. रोज कोणत्या ना कोणत्या गाडीतून, कोणत्याही स्टेशनवर उतरण्याचे धाडसी बेत सुरू झाले. बघणारे धास्तावायचे, थक्क व्हायचे, नावं ठेवायचे, पण ह्यांचे विक्षिप्त उद्योग थांबले नाहीत. आणि शेवटी त्यांनी एक दिवस त्यांच्या मित्रांना संध्याकाळी सव्वापाच वाजता परळ स्टेशनवर अपॉइंटमेंट दिली आणि डेक्कन क्वीनमधून प्लॅटफॉर्मवर उडी मारून दाखवली.'

'अजब आहे. मित्रांनी असल्या प्रकारांना आळा घालायला हवा होता.'

'ह्यांनी कुठं त्यांना पत्ता लागून दिला होता? नुसती अपॉइंटमेंट दिली होती. नंतर अडीच महिने के.ई.एम.मध्ये पडून होते. तरीही म्हणत होते की, माणूस मरायचा नाही, एवढा जायबंदी पण व्हायचा नाही. उडी मारतानाच जरा गफलत झाली होती.'

–मी त्या हातातल्या फोटोकडे पाहात राहिलो. त्यातला अर्थ आता समजत होता. समाधान होईपर्यंत फोटो पाहून झाल्यावर मी तो बाजूला ठेवीत म्हणालो, 'पण अशी ही वल्ली तुलाच बरी नेमकी सापडली?'

'तोही काही लहानसहान इतिहास नाही. पपा आणि मी त्या दिवशी मार्केटिंगला चाललो होतो...'

'म्हणजे एकच ब्लाऊजपीस घ्यायला, असंच ना?'

'अरे वा, तुझ्या बरंच लक्षात आहे मागचं सगळं?'

'वा, नसायला काय झालं?– बरं पपा कसे आहेत? कुठे आहेत?'

–मी तो प्रश्न विचारला, आणि मग एकदम चपापलो. बऱ्याच वर्षांत गाठभेट

नव्हती. पण रजनीच्या चेहेऱ्यावर काही फेरफार झाला नाही तेव्हा बरं वाटलं. तीही उमेदीनं म्हणाली,

'तिथंच आहेत. वरळीचा तोच ब्लॉक अजून.'

'अजून तसेच आहेत का ग पूर्वीसारखे?'

'अगदी तस्से. माणसं तशी फार बदलत नाहीत. आता माझ्यात काही फरक दिसतोय का तुला?'

–तिच्या भुवयांची परत तशीच झालेली हालचाल टिपून मी म्हणालो,

'नाही, तुझ्यात काहीच फरक नाही. तू तश्शीच आहेस.'

'तसंच असतं. माणसं बदलत नाहीत. ती कायम तशीच राहतात. अगदी लहानपणी जशी असतात तशीच शेवटपर्यंत राहतात. ह्यांच्यातही बदल झाला नाही. लग्न झाल्यावर ते निवळतील असं वाटलं होतं, पण नाही. पूर्वी जसे होते तसेच नंतरही राहिले.' रजनी थांबली मधेच थांबली. तिला त्या आठवणी, तो पूर्वेतिहास कदाचित दाहक वाटत असावा. पण मला आता सगळं ऐकल्यावाचून बरं वाटणार नव्हतं. मी उतावीळपणानं म्हणालो,

'ओळख कशी झाली सांगतेस ना?'

'हो. आम्ही मार्केटिंगला निघालो होतो. गाडी घेऊन आम्ही दादरला आलो. त्या दिवशी आम्ही खूप हिंडलो. अनेक दुकाने पालथी घातली. पण त्या दिवशी खरेदी होतच नव्हती. खरेदीचा देखील एक ठरावीक स्वर असतो. तो केव्हा केव्हा सापडतच नाही. आणि तसं झालं म्हणजे मग सगळ्या वस्तू अळणी वाटायला लागतात. काहीच मनाला येत नाही. त्या दिवशी तेच झालं. मग आम्ही गेलो दादर टी टी ला तिथून. तिथंही मनाला काही आलं नाही. शेवटी खरेदी बंद असे ठरवून गाडीत येऊन बसलो. घरी जाण्यापूर्वी एखाद्या पंजाब्याकडे लस्सी घ्यावी म्हणून परळच्या बाजूला निघालो. वाटेत गाडी उभी करून मी व पपा चालत निघालो. थोडं अंतर चालतो न चालतो तोच पाठीमागून एका माणसानं पपांना जोरात धक्का दिला. पपा खाली पडायचेच. मी पटकन त्यांना हात दिला. ते पडता पडता सावरले. तोपर्यंत धक्का मारणारा माणूस पुढं निघून गेला. आणि मग एकदम शंका येऊन पपांनी खिशात हात घातला. पपांचं पाकीट नाहीसं झालं होतं. पपा मोठ्यांदा ओरडले, 'चोर, चोर.' धक्का मारणारा माणूस एकाएकी पळायला लागला. मग काय? एकच गोंधळ. तो पुढं पळतोय. मागून पपा पळत राहिले. पपांच्या पाठोपाठ मीही धावत होते. आणखीन वीस-पंचवीस लोकही पाठलागात सामील झाले. मी थकून थांबले आणि समोर पाहात राहिले. आणि तेवढ्यात तो प्रकार घडला. अगदी माझ्या नजरेसमोर एका इमारतीतल्या माणसानं, पहिल्या

मजल्यावरून, तो खिसेकापू त्याच्या इमारतीसमोर येताच त्याच्या अंगावर उडी मारली. फुटपाथवर तो खिसेकापू आणि त्याच्या अंगावर तो उडी मारणारा माणूस! ते दृश्य पाहिल्यावर मी माझा थकवा विसरले आणि नव्या जोमानं पळायला लागले. पपांच्या जवळ जाऊन उभी राहिपर्यंत त्या गृहस्थानं पपांच्या हातात पाकीट दिलेलं होतं; आणि मग गर्दीतली इतर माणसं त्या खिसेकापूवर आपला हात चालवीत, मारण्याची हौस पुरवून घेत राहिले!– ते अचाट साहस करणाऱ्या माणसाच्या खांद्यावर हात ठेवीत पपा त्या गृहस्थाला घेऊन गर्दीतून बाहेर आले. मग आमच्या तिघांचा लस्सीचा कार्यक्रम झाला. तो कार्यक्रम आटोपल्यावर ते गृहस्थ निघाले तशी पपा म्हणाले,

'छे: मी तुम्हाला असं कसं सोडीन? आमच्या घरी चला. घरातल्या मंडळींना मला कौतुक सांगू दे. तुमचा छोटासा सत्कार करू दे. मग जा.'

'चला ना.' मीही भारावून म्हणाले.

–मग ते आमच्या घरी आले. पपांना ह्यांना कुठं ठेवू आणि कुठं नको असं होऊन गेलं. त्या दिवशी पपांच्या पाकिटात सुमारे दोन हजार रुपये होते. आमच्या घरी मग त्यांचं फारच मोठं स्वागत झालं. चहापाणी झालं. ती विजयच्या वडिलांची आणि माझी पहिली भेट.'

–रजनीनं लांबलचक हकीकत सांगितली. त्या सगळ्या प्रकाराची मला मोठी मौज वाटली. काही वेळ आम्ही गप्प होतो. नंतर मी विचारले,

'मग ह्या पहिल्याच भेटीत तुझी 'विकेट' का?'

'छे छे. त्यानंतर परत एक भेट झाली. अर्थात ती पहिल्याहून जास्त नाट्यपूर्ण होती. सगळ्या आयुष्यात ते साधे जीवन कधी जगलेच नाहीत. त्या दिवशी निघताना ते मला म्हणाले, 'तुमचे पपा मला आवडले.'

–मी त्यावर म्हणाले, 'मग आता येत जा नेहमी.'

'जरूर.'

'केव्हा भेटणार?'– मी विचारले. तो प्रश्न विचारीपर्यंत माझ्या मनात तसा काही भाव नव्हता. ते म्हणाले, 'येत्या रविवारी बरोबर चार वाजता व्ही.टी. समोर फिरोजशहा मेहताच्या पुतळ्यासमोर याल का?–'

–मी हो म्हणाले. आणि त्याप्रमाणे गेले. वेळेच्या आधीच गेले जरा. त्या दिवशी का कुणास ठाऊक तिथं बरीच माणसं जमली होती. एवढ्या गर्दीत त्यांची गाठ कशी पडणार हा मला एक प्रश्नच पडला. तरी मी सांगितलेल्या ठिकाणी थांबले. हळूहळू गर्दी वाढायला लागली. फुटपाथ गच्च भरले. माझ्या आजूबाजूला बरीच माणसं उभी राहिली. बोरीबंदरवरचं मोठं घड्याळ सव्वाचार वाजल्याचं सांगत होतं. आता ते जरी आले तरी एवढ्या गर्दीत मला गाठू

शकणार नाहीत ह्या विचारानं मी जायला निघाले. तेवढ्यात तिथं जमलेल्या जमावानं टाळ्यांचा कडकडाट केला. एखाद्या मंत्र्याची मोटार आली असेल ह्या कल्पनेनं मी नजर फिरवली. पण तसं नव्हतं. सगळ्यांच्या मानावाकल्या होत्या. नजरा आभाळाकडे होत्या. काहींच्या हातात तर दुर्बिणी होत्या. मी वर पाहिलं. पाहते तो म्युनिसिपालिटीच्या त्या अवाढव्य इमारतीच्या वरच्या टोकाला टॉवरभोवतीच्या कट्ट्यावर एक गृहस्थ सायकल बॅलन्स करून दाखवीत होता. खालच्या जमावाकडून वारंवार होणारा टाळ्यांचा कडकडाट त्याला ऐकायला जात होता की नव्हता ह्याचीही शंका होती. पण त्याला त्याची जरूरीही नसावी. कुणाची तरी मी वाट पाहात होते ह्याचाही विसर पडून मी तो कार्यक्रम पाहात राहिले. कार्यक्रम संपल्यावर घरी परतले. आणि मग दुसऱ्या दिवशी सकाळी वर्तमानपत्रात आदल्या दिवशीचा तो विक्रम वाचला आणि विजूच्या वडिलांचा छापून आलेला फोटोही पाहिला.'

'म्हणजे?' मी मधेच विचारले.

'होय बाबा. तीच ती वल्ली होती.'

'अजब आहे.'

'म्हणूनच पपांना ते एकदम आवडले. माझ्या आधी पपाच त्यांच्या प्रेमात पडले. तो दृष्टिकोन पपांनीच माझ्या डोक्यात भरवून दिला. मी त्यांना म्हटलं, 'पपा, हा प्राणी विक्षिप्त आहे. असेच उपद्व्याप करीत बसतील आयुष्यभर.' त्यावर ते म्हणाले, 'अग, एवढा मी तुझ्या पाठीशी आहे. भितेस काय?– पुरुष असा टग्या हवा. गो अहेड.'– आणि मग झालं आमचं लग्न.'

रजनी थांबली. तिच्या निवेदनाचा एक टप्पा संपला होता. गतजीवनातली ती खास प्रकरणं सांगताना ती फुलली होती. हरवली होती. आठवणींची धुंदी ओसरल्यावर ती म्हणाली,

'चल, तू आपला विचारीत सुटलास. मी वेड्यासारखी बोलत राहिले. चहापाणी राहिलंच.'

'राहू दे, आपण फार चांगल्या वातावरणात वावरत आहोत. चहापाण्याची औपचारिकता नको. मला पुढची हकिगत सांग.' मी गडबडीनं म्हणालो.

'नंतरचं काय सांगू रे? तेही सगळं तसलंच आहे. पहिल्या रात्री मी त्यांना विचारलं, 'तुमचे हे विक्रम असेच चालू राहणार का?' तर सरळ 'हो' म्हणाले. त्या रात्री त्यांनी मला सगळा इतिहास सांगितला. तू एच. विश्वासराव हे नाव ऐकलंस का कधी?'

–मी नकारार्थी मान हलवली. त्यावर रजनी म्हणाली, 'अरे, नाही काय म्हणतोस? वीस बावीस वर्षांपूर्वीची कथा आहे ती.'

'मग कशी आठवणार?– तुला तरी आठवते का?'

'नाही, मलाही आठवत नव्हती. पण पपांना ते माहीत होतं.'

'बरं, पण पुढे काय?' मी विचारलं.

'ते आमचे मामंजी. विजयचे आजोबा. आमचे 'हे' दहा वर्षांचे असताना मामंजी नाहीसे झाले. एका फार मोठ्या बँकेचे ते मॅनेजर होते. आणि सुमारे चार ते सहा लाख रुपयांची अफरातफर केल्याचा आरोप त्यांच्यावर होता.'

'असं?' मी अचंब्यानं विचारलं.

'हो. पहिल्या रात्री हे मला सांगितलं. तुरुंगात जाण्यापूर्वी ह्यांच्या आईंनी टाहो फोडून विचारलं, 'तुम्ही हे खरंच केलंत का?' तेव्हा ते काहीच बोलले नाहीत. पण ह्यांना म्हणाले,'धडाडीचा हो. नेभळा होऊ नकोस. काहीतरी वेगळं करून दाखव. एका वेळी लाखो माणसांनी आपल्याकडे पाहावं, आपल्याबद्दल बोलावं ह्यासारखा कैफ नाही.' एवढं बोलून ते गेले आणि नंतर वीस दिवसांतच त्यांनी तुरुंगातून पोबारा केला. ते अखेरपर्यंत सापडलेच नाहीत.'

थक्क होऊन मी म्हणालो, 'वडिलांचा कित्ता मग तुझ्या यजमानांनी लगेच उचलला?'

'नाही. पहिल्या रात्री मी हेच विचारलं की, तुम्हीही असेच काहीतरी उपदव्याप करीत बसणार आहात का म्हणून? तेव्हा ते म्हणाले, 'वडिलांच्या बोलण्याचा' अर्थ मला समजलाच नाही. मला तेव्हा वडील मूर्ख वाटले. गाढव वाटले. लाखो लोक एकदम बोलत असतीलही. वडिलांना असेल त्याचा कैफ, पण शाळेतली मुलं मला दरोडेखोराचा लेक असं एकमुखानं म्हणायला लागली; तेव्हा सगळ्यांनी एकाबद्दल बोलावं ह्यात किती यातना आहेत त्याचा अनुभव आला. पण पुढं चारच वर्षांनी वडिलांचं बोलणं समजलं. त्यातला अर्थ समजला. मी व माझा मित्र टेकडीवर गेलो होतो. वेळ संध्याकाळची होती; आणि घरी परतताना माझा डावा पाय सापावर पडला. काय होतंय हे समजायच्या आतच उजवा पायही सापावरच पडला. डाव्या पायाच्या बाहेर शेपटी वळवळत होती. आणि उजव्या पायाच्या बाहेर दोन-तीन इंच तोंड डोकावत होतं. दोन्हीपैकी कोणताही एक पाय उचलला असता तर सापाचे विळखे पायाभोवती पडले असते. दोन पायात साप मधलं अंग हलवीत होता, पण त्यापेक्षा जास्त हालचाल त्याला करता येत नव्हती. सर्पदंश काही टळत नव्हता. मित्र पंचवीस फुटावर उभा राहून थरथरत होता. मग म्हटलं करायचं धाडस. जादुगाराचे, गारुड्याचे खेळ आठवले. मग खाली वाकलो. शेपटी डाव्या हातात पकडली व डावा पाय काढून घेतला. एकवार मनाचा हिय्या केला आणि त्याच पद्धतीनं त्याचं मग तोंड गच्च चिमटीत पकडलं व उजवा

पाय काढून घेतला. एवढं झाल्यावर आमचा दोस्त थरथरत पुढं आला. त्यावेळी त्याची ती नजर, त्यातली भीती, त्यातला माझ्यावरचा आदर, कौतुक, शहारे व असंख्य अव्यक्त-व्यक्त भाव, त्या क्षणी– त्या क्षणी– वडिलांच्या बोलण्याचा अर्थ समजला. मित्राच्या त्या नजरेनं मी झपाटलो. त्याच धुंदीत सापासकट गावात आलो. घरी आलो. मास्तरांच्या घरी गेलो. मित्राकडे गेलो. सगळ्यांच्या आश्चर्याच्या, कौतुकाच्या नजरा पिऊन घेतल्या. मग गावात दुसऱ्या दिवशी सत्कार झाला. धिटाईचं कौतुक झालं, प्रसंगावधानाचं गुणगान झालं, आणि मग तसलंच जीवन सुरू झालं.' अशी आहे हकीकत ह्यांची.'

'बरं पण आता कुठं आहेत?'

'तेवढंच फक्त माहित नाही. लग्नानंतरची तीन वर्षे मस्त गेली. चैन, मौज, ऐषआराम आणि धुंदी आणणारा त्यांचा सहवास. सर्कसमध्ये नोकरी होती. तीन आयटेम्स करायचे. तेही विलक्षण. मृत्यूचा गोल, वाघाच्या तोंडात मान द्यायची, आणि मोटारजम्प. बावीसशे रुपये पगार होता. मी खूप भ्यायची, रात्र रात्र झोप यायची नाही. दिवसातून नऊ वेळा हे मरणाच्या दारात उभे राहून परतायचे. हसत हसत. ते हसायचे, मी रडायची. त्यांना आणखीन जोर चढायचा. अशाच जीवनात, मग विजयचा प्रवेश झाला. नंतरची दोन वर्षं हां हां म्हणता गेली. आणि एके दिवशी...'

रजनीला हुंदका आला. मी तर केव्हाचा सुन्न झालो होतो. रजनीनं स्वत:ला सावरलं आणि परत ती म्हणाली, 'आम्ही फिरायला चाललो होतो. विजय त्यांच्या कडेवर होता. कसा कुणास ठाऊक, त्यांचा फुटपाथवरून एक पाय रस्त्यावर पडला. तिथंच ते मटकन् खाली बसले. मग कसलं फिरणं न कसलं काय?– हां हां म्हणता पाय सुजला. मग टॅक्सी करून दवाखान्यात, आणि तिथून परस्पर हॉस्पिटलमधे. नशीब एवढंच की हे मुंबईतच घडलं. चार दिवस झाले, तर आठ झाले, पंधरा झाले. एक्सरे झाला; आणि एके दिवशी पपांनी ती वार्ता सांगितली. ह्यांचा पाय गुडघ्याच्या खाली कापायला हवा होता. दुसरा पर्यायच नव्हता.

'–मला ब्रह्मांड आठवलं. ह्या बातमीनं त्यांना काय वाटेल ह्याची कल्पनाच होईना. पण अवयवापेक्षा माणूस जास्त महत्त्वाचा. त्यांच्या कानावर हे शेवटपर्यंत घालायचं नव्हतं. डॉक्टरांनी केसपेपरवर माझी व पपांची सही घेतली व ऑपरेशनचा दिवस ठरला. वेळ ठरली.

'ऑपरेशनच्या आधी तासभर मी हॉस्पिटलमधे गेले तर, ही धामधूम. आदल्या दिवशी रात्रीच ते पळून गेले होते. चिठ्ठी नाही, चपाटी नाही, काही नाही. आज ह्या गोष्टीला सहा वर्षं झाली. त्यांचा पत्ता नाही. पाठीशी पपा आहेत म्हणून मी

इतपत आहे. ते नक्की परतणार आहेत. ते जीव द्यायचे नाहीत. असाच कोणता तरी विक्रम करताना ते मला सापडतील. एका तऱ्हेनं, ते असताना मला वाटायचं की विजयला त्यांच्यापासून दूर ठेवायचं. त्यांची सावली नाही पडू द्यायची. पण तसं झालं नसतं!– गेली सहा वर्षं कुठं आहेत ते!– तू आज विजयची हकिगत सांगितलीस आणि पडताळा आला. ते इथंच आहेत. विजयमध्ये आहेत. म्हणून म्हणाले, उपयोग नाही रागावण्याचा! हे रक्त आहे. ती वृत्ती आहे. त्यांच्या परंपरेनं जोपासलेली उसळी आहे. लाट आहे. ती मला थोपवता येणार नाही, आडवता येणार नाही की वळवता येणार नाही. नुसतं पाहात बसायचं, पाहात बसायचं...’

♦

शिकार

'आता शेवटचा प्रसंग. तुम्ही गोळी झाडलीत; आणि कशी कुणास ठाऊक ती भलतीकडेच गेली, सावज सावध झालं. तुम्ही कोणत्या झाडावर आहात हे त्यानं हेरलं आणि गुरगुरत त्याने तुम्ही चढून बसलेल्या झाडाभोवती गिरक्या मारायला सुरुवात केली. तुम्ही खाली केव्हा उतरताय आणि तुमचा फडशा कधी पाडतो, या विचारानं तो त्या झाडापासून हलायला तयार नाही. अशा परिस्थितीत तुम्ही काय कराल?'

–शरदला एवढा प्रश्न विचारून– ओठांचा चंबू करून ती त्याच्याकडे पाहात राहिली.

'तू असा चंबू केलास ना– ओठांचा म्हणजे– भलतीच– बुवा– 'ही' दिसतेस हं!'

'–हं समजलं, समजलं. मी विचारलेल्या प्रश्नाचं उत्तर द्या आधी. वरपरीक्षा एक दिवसावर आली, माहीत आहे ना?'

'जाऊ दे ग. काय जेव्हा तेव्हा वाघ-बंदूक-गोळ्यांच्या गोष्टी?– माझ्यासमोर असं तुझ्यासारखं बेरकी– चपळ सावज असल्यावर निराळ्या शिकारीच्या गोष्टी कशाला?' शरद माधुरीच्या जवळ सरकत म्हणाला.

'सावज काय?'

'तर! चांगलंच तरबेज सावज. स्त्रीच्या देहात सारं अरण्य सामावलेलं असतं म्हणतात.'

'कोण म्हणतं?'

'सगळेच म्हणतात. कसं ते पाहा. तुमच्या डोळ्यात हरीण आहे. काळजात ससा आहे. कमरेत सिंह आहे, वेणीत नागीण आहे...'

'पुरे, पुरे!'

'खरंच सांगतो. स्त्रीमध्ये हे सगळ्या प्राण्यांचे गुण व अवशेष असतात म्हणून तर बहुतेक पुरुष शिकारीच्या मागे लागत नाहीत– तर बाईच्या मागे लागतात. हरिणाच्या मागे जाण्यापेक्षा हरिणाक्षीचा माग कुठे लागेल ते पाहातात. तुमच्या

तीर्थरुपांना स्त्रीच्या देहातली ही किमया समजली नाही म्हणून ते शिकार करीत सुटले.'

'ते असू दे. आता त्यांच्याच परीक्षेला तुम्हाला उतरायचंय.'

'ती परीक्षा मी सहज पास होईन. जंगलाचं तोंड लांबूनही न पाहता साऱ्या प्राण्यांच्या सवयी मी आता सांगू शकेन. सगळ्या जनावरांतले एकेक स्वभावविशेष उचलून स्त्रीचा स्वभाव बनतो. कोल्ह्याचा धूर्तपणा, हरणाचं चापल्य...'

'पुढचं सगळं समजलं. आधी आमच्या काकांच्यासमोर उभे राहा. त्यांना खूष करा.'

'अगं पण संसाराचा लग्नाचा-शिकारीचा संबंधच काय? काहीतरीच विचित्र हट्ट! म्हणजे जावयाला शिकारीचा नाद हवा हे काय काहीतरीच?'

'–शरद, ते काहीतरी आहे हे मलाही पटतंय पण त्यातून मार्ग नाही का काढायचा?'

'हवा ना. म्हणून तर रंगीत तालीम करतोय जाता येता. सिंगल बॅरल, डबल बॅरल, मचाण, हाकेवाले, निशाण, काडतुसांचे नंबर– एक ना दोन रोजची तालीम! भानु शिरधनकरच्या सगळ्या शिकारकथा वाचल्या. मॅन हंटर्स ऑफ कुमाऊँ, चार वेळा पाहिला.'

'मग सांग पाहू माझ्या प्रश्नाचं उत्तर, काय करायचं ते?'

'खरं सांगू का, आधी ह्या प्रश्नातलं काहीही घडणार नाही– माझ्या आयुष्यात आणि त्यातूनही हे सगळं घडलंच तर पहिली गोळी चुकली हे पाहताच मी बेशुद्ध होऊन झाडावरून खाली पडेन.'

'शरद आता चेष्टा पुरे हं, ऐक पुन: एकदा याचं उत्तर. तू झाडावर आहेस. वाघ घिरट्या घालतो आहे. जरा वेळानं त्याला घिरट्या मारण्याचा कंटाळा येतो. तो मग नुसता एका जागी पंजा चाटत बसतो. तोपर्यंत तुझीही निराळा हल्ला करण्याची तयारी होते. कमरेचा भला मोठा चाकू काढून तू त्याला दोरी बांधतोस, आणि वरून चाकू बरोबर वाघाच्या दोन डोळ्यांच्या मध्ये मारतोस, चाकूला दोरी बांधली असल्याने तुला तो लगेच वर ओढून घेता येतो. पिसाळलेल्या वाघाचा आरडाओरडा सुरू होतो. मग निशाण साधून चाकूचाच दुसरा वार.'

'ठीक! एकदम सारं लक्षात आलं. आता घाबरू नकोस. ह्या भांडवलावर अशा गप्पा मारतो की शिकारीत हयात घालवलेल्या तुझ्या काकांनी शिकारीचे धडे, अरण्याचं तोंड न पाहिलेल्या माझ्यासारख्या जावयाकडून घ्यावेत.'

–शरदच्या ह्या विधानावर माधुरी खो खो हसत सुटली. शरद तिच्याकडे

पाहातच राहिला. तिचं हसणं थांबेना– तसे तिचे दोन्ही दंड हातात धरून तिला गदगदा हालवत तो म्हणाला,
'काय चुकतं? बाकी आता तुला, हे सगळं अशक्य वाटतं? पाहशीलच तू तुझ्या काकांच्यावर मी 'इंप' पाडतो की नाही. हसतेस का ते सांग!'
'मिस्टर, हे सगळे प्रसंग मी काकांच्या अनुभवातले सांगितले. काका हे तुम्हाला सगळं ऐकवतीलच. तुम्हाला यापेक्षा निराळ्या चालीचे नमुने बनवावे लागतील.'
'ते आता जनावरांच्या चालीवर अवलंबून आहे.'
'नो, नो. तुम्हाला काकांचीच चाल पाहावी लागेल.'
'बरं बाई झक मारली आणि तुझ्या प्रेमात पडलो.'
'शरू असं रे काय करतोस? माझं रे काय चुकलं ह्यात? शिकारीची आवड हवी जावयाला अशी अट मी का घातली?'– माधुरी रडवेली झाली.
'अग पण कसली अट ही? बहुतेक सासरे– गव्हर्मेंट सर्व्हिस पाहतात. चांगल्या वस्तीत मालकीचा ब्लॉक आहे का पाहातात. हल्लीच्या शतकातली हीच क्वालिफिकेशन्स आहेत. ते राहिलं बाजूला– आणि काय म्हणे तर शिकारीचा नाद हवा. एका तऱ्हेने तुझे काका जावयाच्या शिकारीवरच निघालेत म्हणायचे.'
'हो, आणि आमिष म्हणून मला झाडाला बांधून ठेवली असंच ना?'
'अगदी तस्सं! पण पाहा म्हणावं हे आमिष बंदुकीची गोळी चुकवून पळवतो की नाही.'
–रडवेली झालेली माधुरी लगेच हसरी झाली. शरदच्या गळ्यात हात अडकवत म्हणाली,
'बाकी सावज आणि बांधलेला बळी ह्यांनी एकत्र होऊन शिकाऱ्याला दिलेली हुलकावणी ही एक ऐतिहासिक घटना होईल नाही?'
'हो हो, होईल की. सावज जिवानिशी सुटलं तर. नाहीतर वाघ जायचा जिवानिशी आणि शेळी म्हणायची...'
'पुन: असं काही म्हणाल तर पाहा हं!'
ठरलेल्या रविवारी शरद काकांना भेटायला जो आला तो मुळी शिकाऱ्याच्याच पोशाखात. कुठून कुणास ठाऊक त्याने भली मोठी बंदूकही पैदा करून आणली. शरदशी हस्तांदोलन करता करताच काकांनी त्यांच्या हातातली बंदूक आधी उचलून घेतली.
'वा, मस्त काम आहे अगदी तुमचं.'
'कसचं-कसंच' हे कौतुक कुणाचं हे न कळून शरद म्हणाला.

‘तोंडदेखलं नाही म्हणत हो. माझी रायफल पण ह्याच मेकची आहे.’ काकांनी खुलासा केला.
शरदचा चेहरा पांढरा पडला.
‘किती वर्षं वापरताहात?’
शरद गडबडला. पण लगेच एक थाप आठवून म्हणाला, ‘ही माझी नाही. माझी सध्या नादुरुस्त आहे. फारच हुक्की आली म्हणून एका मित्राची आणली आणि पडलो बाहेर! पण काही मन लागेना. एकंदरीत एक तर हातातलं हत्यार नव्हतं आणि सुरुवातच चुकली की मग जास्त पाठपुरावा करणं नाही. मग सरळ इकडेच आलो.’
‘हॉ हॉ, तुम्ही म्हणता तसं होतं खरं! सुरुवात चुकली की मामला बिघडलाच. सगळेच दिवस शिकाऱ्याचे नसतात, काही जनावरांचेसुद्धा असतात.’
–हा हा म्हणता काकांचे व शरदचे संवाद चढत्या भाजणीप्रमाणे चढू लागले. संवादाच्या रंगतीबरोबर एकएक सूरही वरवर चढू लागला. शरद त्याचवेळी गप्पांच्या ओघात कुठंतरी भलतीच गफलत करून ठेवण्याचा संभव होता आणि काकांसारख्या जातिवंत शिकाऱ्याला खरं भांडवल आणि जाहिरातबाजी किंवा मसाला हे कळण्याची शक्यता होती. असं वाटल्यावर इतका वेळ आडून ऐकणारी माधुरी त्यांच्यात सामील झाली. शरदला दाबण्यासाठी, त्याच्या ऊतू जाणाऱ्या उत्साहाला लगाम घालण्यासाठी, काकांच्या लक्षात न येता त्याला नजरेने खुणवता येईल अशा बेताने ती बसली. पण एव्हाना पढवलेल्या, ठरवलेल्या, वाचलेल्या शिकाऱ्यांच्या थापाच संपुष्टात आल्या होत्या. त्यामुळे मुलींच्या समोर जास्त जोर जो एरव्ही येतो तो न येता शरद एकदम गप्प-गप्प झाला. बायकांसमोर अस्सल शिकारी कधीच बढाया मारीत नाही असं वाटून शरदच्या (नसलेल्या) श्रेष्ठत्वाबद्दल काकांना आणखीन धन्य वाटलं. आणखीन खुषीत येत ते म्हणाले,
‘आता बोला, तुमच्या घरची ती कातडी, सांबराचे-वाघाचे मुखवटे पाहायला केव्हा येऊ?’
–काका एवढा उत्साह दाखवतील ह्याची शरदला कल्पना नव्हती. तो एकदम गडबडला; पण माधुरी मदतीला धावून आली. ती पटकन् म्हणाली,
‘काका, परवाच्या दौऱ्यातून तुम्ही अजून पुरते बरे झाला नाहीत. तुमचा दुखावलेला गुडघा–’
‘अगं पोरी विसर, समोर जनावर दिसलं तर आधाराशिवाय उभा राहून मी त्याचा निकाल लावीन. बरं का शरद, एकदा आम्ही आमच्या इंदोरच्या महाराजांच्या बरोबर...’

त्यांना मध्ये अडवीत माधुरी म्हणाली, 'काका, पुढची हकीगत, फोटोसकट मी ह्यांना दहा वेळा ऐकवली आहे. ते काही नाही. उगीच प्रकृती बरी नसताना, वाघ, सिंहांची, हरणांची निर्जीव, भिंतीला टांगलेली डोकी काय बघायची?'

'वा बेटा, ते तुला काय कळतंय. स्वत:कडे सुमारे दोन डझन साड्या असताना दुकानातून हजारो तऱ्हा रोज पाहात असतानाही शेजारच्या बाईने साडी घेतली हे कळल्यावर तुम्ही का धावत जाता? तसंच आहे हे. तेव्हा शरदभाऊ, बोला केव्हा येऊ?'

'केव्हाही! घर आपलंच समजा. केव्हाही या, आनंद आहे. शिकाऱ्याचं कौतुक करणारी माणसं दुर्मिळ असतात. तुम्ही आलात तर तो सुवर्णयोग.'

'जरूर जरूर! आम्हालाही तुमच्यासारखा तरुण कंपेनियन हवाच होता.'

'शिकारीची लज्जत वाढेल आता आपण बरोबर असलो की. ह्या रविवारी येतो. कसं काय?'

'अवश्य!'

फाटकापाशी माधुरी शरदला पोचवायला आली. शरदने तिच्याकडे भीतभीत पाहिलं.

'आता करा शंख! तरी सांगत होते जपून थापा मारा.'

'अगं, पण जेवढं बोललो तेवढं आवश्यक होतंच. त्याखेरीज त्यांची खात्री कशी पटणार? पाहिलंस ना किती रंगले होते!'

'अरे हो. पण एखादे वाक्य भलतेच बोलला असतास तर?'

'नाही, नाही. मी तेवढा जागृत होतो.'

'हं. मग आता वाघ-हरिणांची डोकी कुठून आणणार?–' माधुरीने त्रासिकपणे विचारलं.

'तू चालव ना डोकं जरा. मीही हादरलोय.'

'बरं. करीन व्यवस्था.'

'कशी काय?'

'रायफल हाऊसचे शंकरराव माहीत आहेत का? ते माझ्या ओळखीचे आहेत. त्यांच्याकडे स्टडिंग करता खूप डोकी येतात. त्यांच्याकडून पाहिजे तर घेऊ भाड्यानं.'

'नाइस, नाइस. पण त्यापेक्षा तुझ्या काकांनाच परावृत्त कर ना!'

'ते नाही व्हायचं, त्यांनी एकदा ठरवलं की संपलं.'

'अहो शरदभाऊ, तुमची बंदुक विसरलात ना?–' काका आतून ओरडले.

'मारून मुटकून वैद्यबुवा म्हटल्यावर असंच व्हायचं–' माधुरी म्हणाली. जीभ चावत शरद आत पळाला.

त्यानतंरचे दोन दिवस शरद माधुरीचे फार धावपळीचे गेले. शंकररावांनी त्यांनी हरतऱ्हेच्या वस्तू दिल्या. चार वाघांची डोकी– तीन हरणांची डोकी, दोन भले मोठे हत्तीचे दात शोकेस सकट– मृगाजिनं तर कितीतरी! शरदचा एरव्ही रिकामा वाटणारा हॉल ह्या पाहुणे कलावंतांनी एकदम गजबजून गेला. भिंतीवर अशी एकही जागा उरली नाही की जिथे शिकारीसंबंधी साहित्य नाही! वाघा हरणांच्या डोक्यातून वाचलेल्या भिंतीवर शिकारीचे मोठमोठाले फोटो होते. ही एवढी प्रचंड तयारी पाहून माधुरी पण दिङ्मूढ झाली. शरद स्वतःच्या यशाबद्दल आता निश्चिंत झाला होता. काका खरोखरीच एकदम खुश झाले. प्रत्येक फोटो त्यांनी काळजीपूर्वक पाहिला. प्रत्येक वाघाचे, हरणाचे कातडे दहा दहा वेळा पाहिले. प्रत्येकाचा समग्र इतिहास पुनः पुनः विचारला. आणि एवढ्या लहान वयात शिकारीचा एवढा शौक केल्याबद्दल त्यांनी शरदचं वारंवार अभिनंदन केलं. त्यानंतर आठच दिवसांनी शरदचं माधुरीबरोबर लग्न ठरलं. बळी आणि सावज ह्यांनी शिकाऱ्याविरुद्ध केलेल्या कारस्थानात यश मिळवलं होतं. आणि एकुलत्या एका पोरीच्या लग्नासाठी धावपळ करताना काकांचा दुखणारा गुडघा अर्धा अधिक बरा झाला होता.
आणि एका गोरज मुहूर्तावर शरद माधुरीचं लग्न थाटामाटत पार पडलं. आहेर आणि अभिनंदनाचा त्या दोहोंवर वर्षाव झाला. जावई पण शिकारीचा शौकीन म्हणून बहुतेक व्यवहारी मित्रांनी शिकारीला उपयुक्त होतील असेच नजराणे दिले. दोन डझन भारी टॉर्च, आठ प्रवासी बॅग्ज, नऊ थर्मास, तेरा दुर्बिणी– आणि इतर अनेक! त्या सगळ्या वस्तू पाहून शरद शेजारी बसलेल्या माधुरीच्या कानात पुटपुटला,
'आता संसार सोडा आणि शिकारच करा.'
'इश्श!'
'नाही तर शंकररावांच्या दुकानाशेजारी 'बुलेट हाऊस' काढा ह्या आहेरांच्या भांडवलावर.'
'पाहा शंकररावांचं नाव घेतलंत आणि ते पाहा शंकरराव आले.'
त्यांनी तर कहरच केला. कारण, त्यांच्या पाठोपाठ चार हमालांच्या डोक्यावर एक मोठी काचेची शोकेस मंडपात आली. त्यात एक अख्खा पेंढा भरलेला वाघ होता. शरदच्या जवळ येत ते म्हणाले,
'ही आमची एवढीशी भेट.'
शरद माधुरी उभी राहिली. माधुरी म्हणाली,
'तुमचे अगणित उपकार झाले.'
'उपकार?' शंकररावांनी चमकून विचारलं.

'हो ना. त्या दिवशी तुम्ही आम्हाला त्या वस्तू दिल्यात म्हणून तर आमचं लग्न जमलं.' शरदने खुलासा केला.
'म्हणजे?' शंकररावांनी परत विचारलं. शरदने मग सगळा डाव सांगितला. शंकरराव खो खो हसायला लागले. शरद पुढे म्हणाला,
'एकही गोळी न चालवता, जंगलाचं तोंड न पाहता आम्ही शिकार केली की नाही?'
शंकरराव म्हणाले, 'शिकार तर झालीच हो, पण सावज कोण आणि शिकारी कोण?'
'वा, हे काय सांगायला हवं?'
'सांगायलाच हवं. कारण ह्या शिकारीत सावजाला वाटतंय आपण शिकारी म्हणून!'
'म्हणजे?' शरदने बुचकळ्यात पडत विचारलं.
'तेच तर सांगतोय. माधुरी म्हणते मी तुमच्यावर उपकार केले म्हणून. पण खरे उपकार तुमच्या काकांनीच केलेत तुमच्यावर. तुम्हाला पुरविलेलं शिकारीचं सामान मी काकांच्याकडूनच आणलेलं होतं.'
लटपटत लटपटत शरदने विचारलं, 'आणि हे सर्व काकांना माहीत आहे?'
'होय माहीत आहे.'
'मग तरी त्यांनी...' पण शरदचे वाक्य अर्धेच राहिले. काका पलीकडून मोठ्यांदा हसत तिथे आले; आणि शरदरावांनी आणलेल्या शोकेसकडे पाहात म्हणाले,
'अरे वा, जावईबापूंची नवी शिकार दिसते आहे?'

♦

पोरकी

मालट्रकचं धूड धुराचा लोट सोडीत फाटकासमोरून हाललं आणि डोळ्यांच्या कडा पुसत पुसत गोपाळकाका म्हटल्यावर पन्नाशीजवळ पोहोचलेला धिप्पाड माणूस नजरेसमोर येईल. पण तसं नव्हतं. गोपाळकाकाचं वय जेमतेम पस्तिशीच्या घरातलं! अजून आयुष्य म्हणजे काय?– हे पुरतेपणी न समजण्याचं वय. पण काही लोकांचं आयुष्य थोड्या अवकाशात उगीच वेग घेतं. तसं गोपाळचं आयुष्य!– म्हणूनच पस्तिशीला पोहोचतो तो गोपाळचं 'गोपाळकाका' झालं. नावाचा गुण म्हणा किंवा परिस्थितीचा म्हणा, गोपाळकाका जास्त पोक्त दिसू लागला.

–आणि आता खचलेला!

पण काही माणसांचं आयुष्यच चमत्कारिक. त्यांना सुखाचा आस्वाद स्वस्थतेनं जसा घेता येत नाही तशीच दु:खाची चवही. हादरण्यासारख्या घटना घडूनही त्यांना थांबता येत नाही.

–तेच गोपाळकाकाचंही.

त्याच्यापेक्षा हा आघात ज्यांना जास्त जाणवणार होता, नव्हे जाणवला होता अशी माणसं तिथंच होती. त्या पोळलेल्या माणसासकट गोपाळकाकाला स्वत:च दु:ख विसरण्याचा प्रयत्न करायचा होता.

–दु:खाचा पहिलाभर ओसरल्यावर व्यवहारानं डोकं वर काढलं. कोणता पर्याय स्वीकारायचा याबद्दल निवड करण्याचा प्रश्नच नव्हता. मार्ग एकच होता. तोही गोपाळकाकांच्या घरचा!

–सरितेच्या माहेरच्या माणसांनी वरवर विचारपूस आणि दुखवटा व्यक्त करण्यापलीकडे काही केलं नव्हतं आणि माहेरची– माहेरची माणसं तरी कोण?

–फक्त सरितेचा वडील भाऊ. लग्न झालेला. अर्धांगानं अंथरुणाला खिळलेल्या वडिलांचीच त्यांच्या घरी आबाळ होत होती, तिथं सरितेचा, तिच्या दोन मुलांसह कसा निभाव लागणार होता? ह्याही उपर त्यानं काही चौकशी केली असती तर निराळा प्रश्न होता. पण तसं झालं नाही. आठ दिवसांची रजा

संपल्यावर तो निघून गेला आणि त्याच दिवशी आपल्याशिवाय सरितेला कोणी नाही हे गोपाळकाकाला पक्कं कळलं.

सामान भरून ट्रक निघून गेला. त्या घरात आता फक्त सरिता वहिनी, तिची दोन मुलं– माधव, मंगला– एवढीच राहिली. हो, त्याशिवाय हेमंतची खोली.

–इतके दिवस टाळलं. आज त्या खोलीत जायला हवं. मोठमोठ्या वस्तू ट्रकमधून गेल्या होत्या. आता हेमंतचं स्वतःचं, एखादी बॅग भरेल एवढं सामान राहिलं होतं.

–मधल्या खोलीतून हेमंतच्या खोलीकडे जाताना गोपाळकाका सरितावहिनींना म्हणाला,

'वहिनी, ऊठ आता. चलायला हवं.'

–गोपाळकाकानं हेमंतच्या खोलीचं दार उघडलं. समोरच लावलेल्या हेमंतच्या हसऱ्या फोटोनं म्हटलं, 'ये, गोपाळदादा, ये.'– तो फोटो बोलत होता. लग्नातला तो एकट्याचा फोटो अजून तसलंच विजयी हास्य फुलवत होता. तो प्रसंग अजून आठवतोय्. फोटो काढताना हेमंत गंभीर होता. फोटोग्राफरनं, 'हसा' म्हटल्यावर तो म्हणाला होता, 'लग्न केलंय, जबाबदारी वाढली. हसतानाही विचार करायला हवा.'

–त्यावेळी गोपाळकाका ओरडला होता, 'हेम्या, चावटपणा पुरे. नीट मोकळा हस पाहू. अरे, एवढा मी पाठीशी खंबीर उभा आहे. संसाराची कसली आलीय चिंता?'

–तोच हा हसरा फोटो!– हेमंत गेला. फोटो राहिला. आठवणी राहिल्या. चेष्टेतलं वचन खरं ठरून ते राहिलं.

अंतःकरण घट्ट करून गोपाळकाकानं फोटो काढला. तो फोटो त्या ठिकाणी लावताना गोपाळकाका म्हणाला होता, 'सर्व खोलीची रचना तुम्ही कशीही बदला पण हा फोटो इथंच राहायला हवा. अगदी कायम!'– हे दोन शब्दच अगदी कायम राहिले आणि हा फोटो मात्र सहाच वर्षांत काढण्याची वेळ आली.

–अशाच सगळ्या वस्तू!– आठवणी बांधलेल्या!– मन बेचैन करून सोडणाऱ्या पण ह्यातून जायला हवं होतं. ते गोपाळकाकाला चुकणार नव्हतं. धाकट्या भावाचा संसार त्यालाच मांडावा लागला होता आणि आता त्याच्याच नशिबी तो आवरायचंही आलं होतं.

ते घर कायमचं सोडण्यापूर्वी गोपाळकाका उगीचच भिरीभिरी सगळ्या खोल्यांतून हिंडून आला. जागेला कुलूप लावून किल्ली देण्यासाठी तो वर मालकांकडे गेला. बोलण्यासारखं जे काय होतं ते गेल्या काही दिवसांत बोलून

झालं होतं. निरोप घेताना मालक म्हणाले,

'ह्या भागात आलात तर भेटत जा. ऋणानुबंध सोडू नका. झालं गेलं त्याचा इलाज नव्हता.'

–'होय' म्हणून गोपाळकाका जिना उतरला. संपलं. सगळं संपलं. फाटकाच्या बाहेर पडता पडता त्यानं सहज दरवाज्याकडे पाहिलं. दरवाज्यावर कोणीतरी हेमंतचं नाव खडूनं वेड्यावाकड्या अक्षरात लिहिलं होतं. ते तसंच राहिलं होतं. बाकी सगळं संपलं होतं.

–सगळं संपलं!– फाटकाच्या बाहेर पडताना रेवती, होय, ती पुनः रेवती झाली होती. हेमंतरबरोबर सहा वर्षं संसार करणारी सरिता हेमंतबरोबर संपली होती. त्याच पहिल्या जागेत, फाटकाच्या आत सरिता राहिली होती. मालकांना किल्ली देऊन, मघाशी फाटक बंद करून बाहेर आलेल्या गोपाळकाकांनी एका मोठ्या स्वप्नाचा शेवट केला. त्या स्वप्नसृष्टीत तिनं अवघ्या सहा वर्षांपूर्वी प्रवेश केला होता. ते स्वप्न कधी संपणारच नव्हतं!– पण संपणाऱ्या गोष्टी संपतातच. कधी वेग जमतो, कधी जमत नाही. सरितेचं तेच झालं. काय झालं?– हे तिला घडून गेल्यावर समजलं!

आता गोपाळकाकाचं घर!– त्याचा संसार.

गोपाळकाकाचा संसार सुखाचा होता. सुख, सुख म्हणजे तरी काय? समाधान मानून घेण्याची वृत्ती असलेला माणूस कधीच दुःखी होत नाही आणि पुष्कळदा स्वतःला सुखी समजणारी माणसं ही केवळ सवयीनं सुखी झालेली असतात. काही ठराविक गोष्टींचा लाभ होणारी, जशी शेकडा नव्वद टक्के माणसे असतात, त्यांचे संसार चालतात, त्यांच्यात व आपल्यात फरक नाही, ही जाणीव असणं, ह्यानंच कैक लोक स्वतः सुखी आहोत असं मानतात. गोपाळकाका त्यातलाच.

नऊ वर्षं संसार होऊन गोपाळकाकाला मूल झालं नाही. पहिल्यापहिल्यांदा ह्या गोष्टीची त्याला टोचणी होतीच. मग त्यानं भीतभीत बायकोची वैद्यकीय तपासणी करवून घेतली. तशीच मग स्वतःचीही. दोष कुणातच नव्हता आणि मग केवळ दोघांतही दोष नाही ह्याच सौख्यात दोनतीन वर्षं मजेत गेली. मग हेमंतचा विवाह झाला. माधव आणि मंगला ह्यांचाही अल्पावधीत संसारात प्रवेश झाला. हेमंतच्या मुलांचं कौतुक करताना मग गोपाळकाकाला आपण निपुत्रिक आहोत ह्याचं दुःखच राहिलं नाही.

आणि आता ह्या दोन मुलांनी गोपाळकाकाच्या घरीच वाढावं ही विधिघटना होती. मुलं रमली. गोपाळकाकाचं घरी त्यांना नवीन कुठं होतं?– आईच्या स्पर्शात जेवढी माया होती तेवढीच माया काकीच्याही हातात होती. त्यामुळं

मुलांचं काही अडलं नाही.
काकीचाही घरातला वेळ चांगला जाऊ लागला. पाखराप्रमाणं चिवचिवाट करीत दोन्ही मुलं त्यांच्या अवतीभवती असायची. आईजवळ ती जायची पण क्वचितच!– दोघांपैकी कोणीही सरितेजवळ गेलं की तिच्या डोळ्यांना धार लागायची. तिला सगळं घर खायला उठलं होतं. तिचं कशाकशात मन नव्हतं. दैनंदिन कार्यक्रम कर्तव्य म्हणून करायचे. ती पानावर बसायची, पण तोंडात घास फिरायचे. अंथरुणाला पाठ केव्हा लागेल असं एरवी तिला वाटायचं, पण गादीला पाठ लागली की झोप यायची नाही. अंधार आणि ती, ती आणि अंधार. झोपेचा हा एक फायदा. ती जर सबंध रात्रभर आली नाही तर इतरांना कळत नाही. इतर झोपलेली असतात. पण जेवणाचं तसं नाही. आपल्याला जेवण गेलं की नाही हे इतरांना कळतं. त्यांच्यासाठी मनाविरुद्ध चार घास कोंबावे लागतात. दिवस एकंदरीनं वाईटच!– सगळ्यांना सगळं समजतं. मन:स्थिती ठीक नसली तरी कळतं. जवळची माणसं प्रश्न विचारून 'नको' करतात.
सरिताला रात्र मैत्रिणीसारखी होती. अंधार सर्वांत जवळचा वाटत होता. तिचा जीवनाचा साथीदार सगळा प्रकाश त्याच्याबरोबर घेऊन गेला होता.
आणि ह्या सर्वांत पंचाईत झाली होती ती गोपाळकाकाची! आपले सर्व अवयव आखडून आखडून पोटाशी घेऊन एखाद्या मांजरानं कोपऱ्यात बसावं तसं गोपाळकाकाचं जीवन होतं. त्याला फक्त खेद नव्हता. काय काय करावं लागणार आहे ह्याची त्याला फार मोठ्या प्रमाणावर कल्पना आलेली होती. अगदी सहजगत्या त्यानं एकेक दालन बंद करायला सुरुवात केली.
दर शनिवारी कामावरून परतल्यावर फोडणीच्या पोह्यांचा आजवर नियमित होत आलेला कार्यक्रम. पण शुक्रवारी रात्रीच गोपाळकाका बायकोला म्हणाला,
'उद्या पोहे करायचे नाहीत.'
'का बरं?'
'हेमंतला माझ्याइतकेच पोहे आवडायचे म्हणून सांगतो. तिच्या देखत पोहे खाताना काहीतरीच वाटेल आणि मलाही जायचे नाहीत.'
गोपाळकाकाची स्वत:ची बैठक निराळ्या खोलीत होती. बायकोबरोबर एकांत, एकशय्या– ह्या गोष्टी तर बंद झाल्याच पण एरव्हीचं बोलणंही कामापुरत्या संभाषणावर आलं. मुलांच्या निमित्तानं ज्या काय गप्पागोष्टी होतील तेवढ्या. ज्या गोष्टीमुळं अगर हालचाल-संभाषणावरून, आपल्याशिवाय सर्व मजेत आहेत, हेमंतच्या मृत्यूनं कुणाचंही नुकसान नाही, असं सरितेला वाटेल, त्या त्या सगळ्या गोष्टी गोपाळकाकानं बंद केल्या. जणू हेमंतच्या मृत्यूबरोबर

गोपाळकाकाही गेला होता आणि त्याच क्षणापासून नवा गोपाळकाका जन्माला आला होता.

हे सगळं करणं अपरिहार्य होतं. गोपाळकाका तसा वाग हे कुणी सांगितलं नव्हतं. सांगायची गरज नव्हती. ते सर्व करणं, हे त्यानं ठरवलं आणि नंतर तेच त्याच्या अंगवळणी पडून गेलं. पण तरीही आपण ह्या केलेल्या बदलामुळे कष्टी आहोत, दु:खी आहोत हे त्यानं सरितेला भासू दिलं नाही.

स्वत:च्या सवयींना, सहजपणाला, हौसेला गोपाळकाकानं किती मुरड घातली आहे हे पूर्णांशानं फक्त काकीला समजलं. पण इतक्या वर्षांच्या गोपाळकाकांच्या सहवासानं म्हणा किंवा निपुत्रिकतेची खंत होती म्हणून म्हणा, ती सगळ्याला कंटाळली होती. घरात ती कुणालाही काही उणं पडू देत नव्हती ते केवळ सवयीनं!

पण सर्वांत गंमतीची गोष्ट अशी की, जिचं मन सांभाळायचं म्हणून गोपाळकाकानं आपला जीवनप्रवाह बदलून टाकला त्या सरितेचं त्या कोणत्याही बारकाव्याकडे लक्ष नव्हतं. ती तिच्या स्वत:च्या दु:खात चूर होती. आजूबाजूच्या जगाची तिला अद्याप जाणीव नव्हती. जगाच्या अस्तित्वाची तिला गरज नव्हती. तिला सोडून मुलं जेव्हा काका-काकीला चिकटली तेव्हाही तिला काही काळ बरं वाटलं. अगदी स्वत:च्याच सहवासात रहायला तिला जास्त वेळ मिळायला लागला. ती सतत, सतत एकटी असायची. तिची विरक्ती लादली गेलेली आणि इकडे काकीची विरक्ती सवयीनं एकरूप झालेली!

आणि ह्या कशाचा फारसा परिणाम होऊ न देणारा गोपाळकाका. स्वत:ला योग्य वाटेल त्याची अंमलबजावणी करीत, आयुष्य आखडून, आवरून, मांजरासारखा कोपऱ्यात बसून स्वत:चं जग निर्माण करणारा गोपाळकाका.

–एक वर्ष ह्या असल्या मन:स्थितीत, असल्याच वातावरणात पार पडले आणि मग अशाच एका संध्याकाळी सरिता गोपाळकाकांसमोर येऊन उभी राहिली.

‘भावजी, मला काही विचारायचं आहे.’

–गोपाळकाकानं सरितेकडे पाहिलं. आपल्या स्वत:च्या घरात अनेक वस्तू, अनेक जागा आणि नेहमीच्या व्यक्ती असतात. त्यांच्याकडे आपण बारकाईनं कधीच बघत नाही. त्या व्यक्ती किंवा त्या वस्तू एवढ्या आपल्या असतात की, त्यांच्याकडे नीट लक्ष न देताही आपल्याला त्यांचं महत्त्व पडलेलं असतं. पण केव्हा तरी असं आवर्जून पाहाण्याची वेळ येते. त्यावेळी मग समोरच्या व्यक्तीत काही फरक झालाय की ती तशीच आहे, ह्याची प्रकर्षानं जाणीव होते.

आत्ताही गोपाळकाकाला सरिता निराळी, फार निराळी वाटली. ‘बैस ना.’–

गोपाळकाका म्हणाला.
सरिता बसली नाही. तशीच उभी राहिली. काही वेळ ती काहीच बोलली नाही. तेव्हा गोपाळकाकाला वाटलं की, कोणत्यातरी भावनेच्या उद्रेकात ती आली असावी आणि आता तिला काहीच बोलू नये असं वाटत असेल. गोपाळकाका म्हणाला,
'जेवताना बोलू या ना.'
'नको. आत्ता घरात कोणी नाही, म्हणून नीट बोलता येईल.'
'बोल.'
'मला नोकरी करायची आहे.'
–गोपाळकाकाला धक्का बसला. तो गोंधळला. निरुपाय झाला. सरितेकडून अशी काही मागणी येईल ह्याची अपेक्षाच नव्हती. पण तिनं ती इच्छा बोलून दाखवल्यावर त्याच्या अपेक्षेचा प्रश्न राहिलाच नव्हता. आता त्याच्या 'होकार-नकारा'वर सरितेच्या अपेक्षा अवलंबून होत्या. काहीतरी बोलायला हवंच होतं. गोपाळकाकानं विचारलं,
'कशाकरता?'
'वेळ घालवायचा म्हणून.'
'ह्या घरी काही अडचण...'
'तसं मनातही आणू नका. मला काही उणं नाही. मला मन:स्वास्थ्य हवंय आणि ते देण्याचं कुणाच्या स्वाधीनचं नाही. काही दिवस नोकरी करून बघते. नाही म्हणू नका. घर कसं मला खायला उठतं. आता मुलं मोठी व्हायला लागलीत. ती त्यांच्यातच दंग असतात. मी काय करायचं?'
–गोपाळकाका गप्प होता. आता नाही म्हणावं तर हिला वाटणार वडिलकीचा अधिकार वापरताहेत. हो म्हणावं तर, कुणी सांगावं– लोक म्हणायचे, भावजयीला कामाला लावली. –तेवढ्यात पुन्हा सरिता म्हणाली,
'मला आजच सांगा असं नाही, विचार करून सांगितलंत तरी चालेल. माझी घाई नाही.'
सरिता ऑफिसला जाऊ लागली आणि तिचं एकदम स्वरूपच पालटलं. तिची आनंदी वृत्ती तिला नव्यानं सापडली. तिनं घरात चैतन्य आणलं. एखाद्या लहान मुलीप्रमाणे ती नुसती बागडत होती. ती माधव-मंगलेपेक्षा लहान झाली. ऑफिसातल्या गंमती, कामाची माहिती, जातायेताना गाडीतली हकिगत, एक ना दोन स्वत:च्या जाऊबाईंना किती सांगू आणि किती नको एवढं सरितेला होऊन गेलं.
माधव-मंगला दोघंजणं आता मॉंटेसरीत जाऊ लागली. ती परतायच्या आतच

सरिता ऑफिसला गेलेली असायची. पण दोन्ही मुलांना आईची एकदाही आठवण होऊ नये, एवढा त्यांना काकीचा लळा लागला होता.

सरितेला ह्या नव्या जीवनक्रमानं चैतन्य लाभलं होतं. ती सकाळी लवकर उठायची. मुलांचं, स्वत:चं आटोपून ती भराभरा घरातही मदत करायची, जेवणं आटोपून ती मग जी कामावर जायची ती संध्याकाळी घरी परतायची.

ऑफिसातून परतल्यावर काही वेळ गप्पा व्हायच्या, बऱ्याच वेळानं आई भेटायची म्हणून मुलंही तिला चिकटायची. सगळ्या शरीरात जसा— लहानातल्या लहान अवयवांत विसंगती निर्माण झाल्यावर— ठणका पसरतो तसंच कुटुंबातली एक व्यक्ती अस्वस्थ असली म्हणजे सगळ्या कुटुंबाचं होतं आणि पुष्कळदा मानसिक अस्वास्थ्य हे प्रत्यक्ष भोगत असताना जाणवत नाही; तर त्याचा लोप झाल्यावरच, त्या औदासीन्याचा आपल्यावर केवढा पगडा बसला होता हे जाणवतं!

—सरिता हसती-बोलती झाल्यावर गोपाळकाकाला, पूर्वी तो किती दडपणाखाली वावरत होता ह्याची जाणीव झाली.

एक वर्ष मग फारच लवकर संपलं. माधव-मंगला मोठी झाली. त्यांना समज आली. त्यांना स्वत:चं अस्तित्व आलं.

पण मग हेही दिवस संपले. सरितेच्या वागणुकीत थोडा थोडा परिणाम होऊ लागला. ती उदासीनतेची, अस्वस्थतेची पावलं फार सूक्ष्म होती. त्याची पहिली प्रचिती रात्रीच्या जेवणाच्या वेळी येऊ लागली. तिचं जेवण कमी झालं. कधी कधी डोकेदुखीच्या सबबीखाली जी अजिबात जेवत नसे. पहिल्यांदा गोपाळकाका व काकींनी फारसं महत्त्व दिलं नाही. त्यांना ते साहजिक वाटलं. पण मग त्यापाठोपाठ तिची मुग्धता, कुणाशी फारसं न बोलणं, मुलांशी जेवढ्यास तेवढं वागणं— आणि तासन् तास एकटीनं विचार करणं— ह्या गोष्टी सुरू झाल्या. असं पाहूनही, ह्या गोष्टी, ती परिवर्तन जाणवूनही गोपाळकाकानं चौकशी केली नाही. काकीला चौकशी करू दिली नाही. केव्हातरी ह्या सगळ्याचा उलगडा होईलच ह्यावर त्याचा विश्वास होता.

उगलडा झाला. पण तो फार विलक्षण तऱ्हेनं! ऑफिसच्या कामासाठी गोपाळकाका एकदा लवकर बाहेर पडला. अपेक्षेपेक्षा काम लवकर आटोपलं होतं. चहाची तल्लफ आली म्हणून तो तसाच समोरच्या हॉटेलात गेला. खुर्चीवर तो स्थानापन्न होतो न होतो तेवढ्यात समोर सरिता!— आणि तिच्याबरोबर एक रुबाबदार व्यक्ती!— क्षणभरच सरिता थबकली; पण लगेच सावरली. बरोबरच्या गृहस्थाला घेऊन पुढं येत ती म्हणाली, 'या, तुमची ओळख करून देते. हे माझे भावजी आणि भावजी, हे श्रीनिवास

गोखले.'
गोपाळकाकांना त्यानं नमस्कार केला आणि मग तिघंही तिथल्या फॅमिलीरूममध्ये गेली.
चहापाणी आणि अल्पोपहार झाला पण ती पंधरा-वीस मिनिटं गोपाळकाकाला फार विलक्षण वाटली. त्याच्या मनाची अस्वस्थता त्याला लपवता येत नव्हती. मनावर ताबा ठेवायला तो कमी पडला. वास्तविक ह्याहून गंभीर, ह्याहून दाहक परिस्थितीला तोंड देताना त्याच्या वृत्तीनं कच खाल्ली नव्हती. पण इथं तो कमी पडत होता. आपल्याकडून फार काहीतरी हिरावून घेतलं जात असल्याची भावना त्याला जाळीत होती. श्रीनिवास गोखलेचा आर्जवी स्वभाव त्याला दाहक वाटला. त्याचा रुबाबदार चेहरा त्याला भेसूर वाटला. बोलके डोळे लुटारू दिसू लागले आणि निर्व्याज हसणं खुनशी वाटायला लागलं! ह्या असल्या तऱ्हेच्या भावना स्वत: गोपाळकाकाला इतक्या नव्या होत्या की, आपण असा विचार कसा करून घेत आहोत ह्याचाच त्याला उलगडा होईना.
'आपली प्रकृती आज बरी नाही का?'– एक फारशी ओळख नसलेला माणूस जिव्हाळ्यानं विचारीत होता. तो स्वर, अकल्पितपणे गोपाळकाकाला कुठंतरी भिडला. 'कात टाकावी' त्याप्रमाणं गोपाळकाकानं विचार झटकले आणि तो त्याच्या नेहमीच्या समंजसपणाच्या आवरणात जाऊन बसला.
गोपाळकाकासारख्या माणसाला 'निराळं' सांगायला हवं होतं अशातला भाग नव्हता. समजून-उमजून निरोप घेण्यापूर्वी त्यानं श्रीनिवास गोखलेला घरचं आमंत्रण दिलं.
'आपल्याला सगळ्या परिस्थितीची कल्पना सरितेनं दिली असेलच.'
'संपूर्णपणे.'– श्रीनिवास गोखले म्हणाला.– मग शांतता पसरली.
'आपला काही विरोध आहे का?'
'बिलकुल नाही.'– गोपाळकाका ठामपणे म्हणाला.
'मग हरकत नाही. कुणाचं मन दुखवून केलेली गोष्ट मला प्रशस्त वाटत नाही.'– श्रीनिवास म्हणाला.
आणखीन काही वेळानं गोपाळकाकानं विचारलं,
'तुमचे आता दीड-दोन महिनेच राहिलेत ना?'
'होय.'
'नंतर दिल्लीच का नक्की?'
'बहुतेक.'
'सरितेला नोकरी सोडावी लागेल.'
'ते सगळं चार-आठ दिवसात होईल. ओळखी आहेत.'

परत शांतता.

'लग्न रजिस्टर करायचं ना?'

'त्याहीपेक्षा एखादा साधा प्रकार असेल तर चालेल.'

'भावजी, माझ्यावर रागावलात?'

'कशासाठी?'

'......'

'आपण काही गैर केलं असं मनातही आणू नकोस. सुखी हो म्हणजे झालं.'– आणि मग गोपाळकाकाचा आवाज घोगरा झाला. भावनाविवश व्हायचं नाही असं बजावता बजावताही गोपाळकाका ढेपाळला.

'भावजी.....' सरितेने विद्ध होऊन हाक मारली. गोपाळकाकानं पाठ फिरवली.

'भावजी, तुम्हाला दुःख होत असेल तर मला...'

'नाही नाही, दुःख नाही. तुझा निर्णय योग्य आहे.'

'भावजी, खरं?'

'अगदी खरं. अगदी सरळपणानं सांगतोय. सरिता, सगळ्यांना सगळं मिळतं, बाईलाच काही मिळत नाही. तुझी मुलं आता मोठी होतील. काळ कसा झपाट्यानं चाललाय. मुलं मोठी झाली की दुरावली. जोपर्यंत ती परावलंबी असतात तोवर ती आईवडिलांची असतात. मग स्त्रीला कुणी राहात नाही. तिला खरी साथ देणारा फक्त जोडीदारच, तिचा नवरा!– तू काहीही चुकीचं केलं नाहीस. योग्य निर्णय घेतलास. योग्य सोबत निवडलीस.'

गोपाळकाकाच्या पाया पडून सरिता निघून गेली.

रजिस्टर लग्नाची नोटीस देण्यात आली!

पंधरा दिवस आणि दिल्लीला जाण्यापूर्वीचे काही तीन-चार दिवस एवढाच अवधी उरला होता.

आणि मग गोपाळकाकाच्या मनाची तगमग वाढू लागली. सरितेचा निर्णय, तिनं निवडलेला मार्ग, आयुष्याला ती करणार होती ती नवी सुरुवात– हे सगळं योग्य होतं. ते तसंच व्हायला हवं होतं. पण मग मुलांचं काय?

–सरितेनं मुलांचा काय विचार ठरवला असेल?

अर्थात बापाविना वाढणारी मुलं, एवढी गोंडस मुलं, कोणती आई दूर लोटेल? आणि मग गोपाळकाकाला नव्यानं उलगडा झाला की आपल्याला जे शल्य बोचतंय ते इतर कशाचंही नसून मुलांचंच आहे. हे असं व्हायला नको होतं. प्रत्येक सौख्याची किंमत त्याच्या मूल्यमापनाएवढीच द्यावी लागते. काहीही फुकट मिळत नाही. कोणताही सौदा स्वस्तात होत नाही. काही गोष्टींची किंमत आधी मोजावी लागते तर काहींची नंतर! ह्या मुलांना लावलेल्या मायेचंही तेच

झालं!

त्यांच्यावर केलेल्या प्रेमाची किंमत आता प्रचंड स्वरुपात मोजावी लागणार. का करावी मुलांची मागणी?

टाकावा का शब्द?

आणि अवमान झाला तर?– त्याचं शल्य जास्त घर करील मनात!

मुलांची मागणी करावी की न करावी ह्या विवंचनेत राहिलेले पंधरावीस दिवस निघून गेले. अगदी औपचारिक पद्धतीनं, नोंदणी पद्धतीनं विवाह पार पडला. आणखीन चारच दिवसांनी सरिता दिल्लीला जायची होती. श्रीनिवासला मोजके नातेवाईक, पण त्यांतले लग्नाला मोजकेच आले होते.

खूप विचार करून गोपाळकाकानं शब्द टाकायचा ठरवलं. मुलं त्याच्याजवळ राहणं हे सगळ्यांना सुखावह होणार होतं. सरितेबद्दल श्रीनिवासला आकर्षण वाटलं. ह्याचा अर्थ तो तेवढंच उत्कट प्रेम मुलांवर करील ही अपेक्षा अवास्तव होती. तीच परिस्थिती मुलांची! म्हणजे सरितेची ओढाताण! त्यातूनच बेबनाव. बरं ह्याउलट मुलं इथं आहेत म्हणजे त्यांच्याच घरात आहे.

बस!

सरितेला हे पटवून द्यायचं. ह्या एकाच बाबतीत आपण हट्ट धरायचा. हेका चालवायचा.

त्यानं सरितेला बोलावून घेतलं. आपल्या मनातला विचार व्यक्त केला. फारसे आढेवेढे न घेता सरितानं पटकन् संमती दिली.

–मग गोपाळकाकाच्या आनंदाला पारावार राहिला नाही.

स्टेशनवर सरिता-श्रीनिवासला निरोप द्यायला सगळे आले होते. गाडी सुटायची वेळ होईतो सरितानं मुलांना जवळ बसवून घेतलं होतं. तिच्या चेहेऱ्याकडे सरळ सरळ पाहण्याचं धाडस गोपाळकाकाला होत नव्हतं.

तुटक संभाषण होत होतं. एक चमत्कारिक कंटाळा– ज्याची जात समजत नव्हती असा– सगळ्यांना आला होता. तीच तीच वाक्यं पुन:पुन्हा बोलली जात होती.

आणि मग गाडी हलली. सगळ्यांचे डोळे पुन:पुन्हा भरून आले. सरितेनं मोठा हुंदका दिला. श्रीनिवासनं तिला जवळ घेतलं. स्थितप्रज्ञ होता गोपाळकाका!

पण ही स्थितप्रज्ञता केवळ टॅक्सीत बसेपर्यंत टिकली. टॅक्सी सुरू झाली तशी त्यानं दोन्ही मुलांना कडकडून मिठी मारला१ आणि ओक्साबोक्सी रडत तो बायकोला म्हणाला, 'आज मुलं पोरकी झाली.'

◆

सोनाराने कान टोचले दुसऱ्यांदा !

बाबल्या माझ्या ऑफिसात जेव्हा, माझ्यासमोर येऊन उभा राहिला तेव्हा का कुणास ठाऊक मी जरासा टरकलोच!– तसा बाबल्या माझा दोस्त होताही आणि नव्हताही. त्याच्या निरनिराळ्या उपद्व्यापांबद्दल मी इतरांकडून तर ऐकलंच होतं पण स्वत: बाबल्यानेही रंगात येऊन मला अनेक किस्से आजवर सुनावले होते. बाबल्या आणि मी एकाच गावचे, म्हणजे एकाच संस्थानातले! संस्थानात बाबल्याचे वडील श्रीमंतांचे खास कारभारी होते आणि माझ्या वडिलांना पण बऱ्यापैकी मानाची जागा होती. रंगेलपणाचा वारसा बाबल्यानं त्याच्या वडिलांकडूनच उचलला होता; आणि बरंवाईट न कळण्याच्या वयापासूनच बाबल्यानं त्याच्या कारकीर्दीला सुरुवात केली होती. ह्याच्या अगदी उलट परिस्थिती माझ्या वडिलांची; व त्यामुळंच माझीही. नानासाहेब– म्हणजेच माझे वडील– ह्यांचं नाव घेतलं की सगळ्यांच्या चेहेऱ्यावर आदराचा भाव दिसायचा. बाबल्याचे एकूण गुण नानांच्या लक्षात यायला वेळ लागला नाही. त्यामुळेच डोळ्यात तेल घालून ते माझ्याकडे लक्ष ठेवू लागले.
तरीही का कुणास ठाऊक, बाबल्याबाबत माझ्या मनात फार औत्सुक्य, कुठंतरी थोडंसं कौतुक व त्याचबरोबर त्याची व माझी तुलना करण्याचा मोह, त्या तुलनेत बाबल्याचं श्रेष्ठ असल्याची जाणीव, असं काहीतरी व्हायला लागलं होतं! त्याची बेडर वृत्ती मला कुठंतरी आवडत होती. त्याच्यासारखा कलंदरपणा आपणही केव्हातरी करावा असं वाटत रहायचं. ती ताकद माझ्यात नव्हती; पण मनात खोलवर सतत वाटायचं की आयुष्याचा अर्थ बाबल्याला जास्त समजलाय! तो आपल्यापेक्षा जास्त चांगल्या तऱ्हेनं जगतोय. शेवटपर्यंत आम्ही संस्थानातच राहिलो असतो तर मी कसा काय आयुष्यात वागलो असतो कुणास ठाऊक! कारण बाबल्याकडे माझं मन वाढत्या वेगानं ओढलं जायला लागलं होतं. त्याचा माझा सहवास चोरून वाढत होता आणि नानांची माझ्यावरची देखरेखही वाढत होती. पण मग मधेच संस्थानं विलीन होण्याची बातमी आली आणि अवघ्या दोन दिवसात नानांनी संस्थानला रामराम ठोकला आणि मुंबईत

बिऱ्हाड थाटलं. पैसाआडका जवळ बऱ्यापैकी होता. ओळखी तर कैक ठिकाणी होत्या. त्यामुळे मुंबईत बस्तान बसायला वेळ लागला नाही. इंटरपर्यंत शिकून अस्मादिकांनी शिक्षणाला रामराम ठोकला आणि दाजीसाहेबांच्या वशिल्यानं नोकरीही मिळविली. दाजीसाहेब म्हणजे श्रीमंतांचे सराफ! त्यांचे मुंबईत पहिल्यापासून दुकान आणि त्याशिवाय संस्थानातही! आमच्या नानांबद्दल अपार श्रद्धा बाळगणारे ते एक नानांसारखेच थोर गृहस्थ! तडकाफडकी संस्थान सोडणारे आमचे नानाच. संस्थानचं उरलंसुरलं अस्तित्व पूर्णत्वानं नष्ट व्हायला तसे कैक दिवस लागले, पण तोपर्यंत जर नानांनी वाट पाहिली असती तर नंतर बस्तान बसायला वेळ लागला असता. तसे आमचे नाना पक्के व्यवहारी. ते उगीच घाई करीत नसत. पण ह्या वेळी त्यांनी ही धावपळ केली त्यामागे आणखी एक कारण होतं! मी बाबल्याच्या सहवासापासून दूर व्हावं हे प्रमुख कारण होतं. माझी नोकरी सुरू झाली आणि आठव्याच दिवशी बाबल्या माझ्या ऑफिसात येऊन हजर झाला. मला खूप आनंद झाला, पण त्याच वेळी कुठं तरी मी धास्तावलो होतो. त्याच्याशी मी फार मोकळेपणी बोलू शकलो नाही. बाबल्याच्या ते लक्षात आलं असावं. त्यामुळं त्याने लवकर काढता पाय घेतला. त्याच रात्री नानांनी मला विचारलं,

'बाबल्या इथं आलाय म्हणे. दाजीसाहेब सांगत होते सकाळी.'

मला राहवलं नाही. मी म्हणून गेलो—

'मला भेटला तो.'

'कुठं भेटला?'

'ऑफिसात आला होता.'

नानांना काहीतरी बोलायचं होतं ह्यावर!... पण पूर्वीप्रमाणे नाना मला बोलू शकत नव्हते. नाही म्हटलं तरी, मी आता मिळवायला लागलो होतो. मला बोलताना नानांना संकोच वाटणं साहजिक होतं. ते एवढंच म्हणाले,

'शक्यतो त्याला ऑफिसात येऊन देऊ नकोस. त्याची कीर्ती आजकाल फार बिघडली आहे. संस्थानात नव्हते ते सगळे नाद मुंबईत लागलेत त्याला!'

हा विषय नंतर फार वाढला नाही आणि त्यानंतर दोन-तीन वर्षांत तो दिसलाही नाही. केव्हा केव्हा त्याची आठवण यायची. पण तेवढ्यासाठी त्याचा ठावठिकाणा शोधून काढून त्याला भेटावं असंही वाटत नव्हतं!...

कानावर गोष्टी मात्र बऱ्याच यायच्या! आणि बऱ्याच बऱ्याच म्हणजे तरी काय? तर तो क्लबात जातो, पत्ते खेळतो, थोडंबहुत पितो आणि मुख्य म्हणजे बाबल्याच्या मुंबईत दोन-तीन ठिकाणी बायका आहेत.

कुठंतरी खोलवर, 'बायका-प्रकरण' ह्या विषयावर मला कुतूहल होतंच. कथा-

कादंबऱ्यांतूनच मी असल्या बायकांची वर्णनं ऐकलेली, वाचलेली होती. हे सगळे व्यवहार कसे असतील, अशा एखाद्या बाईकडे जेव्हा एखादा पुरुष पहिल्यांदा जात असेल तेव्हा तिथं काय बोलत असेल, हाच मला प्रश्न पडतो. आपण कोणत्या कामासाठी आलो आहोत, हे परुष कसं सांगत असेल? का हे सांगण्याची गरज वाटतच नाही? बहुतेक कथांतून, ह्या बायका अगदी वाट पाहात उभ्या असतात व घरी आलेल्या कोणत्याही पुरुषाचं एखाद्या सम्राटासारखं स्वागत करतात असं मी वाचलेलं होतं. त्यानंतर रंगणाऱ्या बैठकी, रंगणारं पान आणि रंगणारं मीलन... हे सर्व मी रंगून वाचलं होतं. पण माझा त्यावर विश्वासच बसला नव्हता कधी!... स्त्री-पुरुषमीलन ही तर, निव्वळ भावना एकरूप झाल्यावर, मन एक झाल्यावर होणारी गोष्ट. तिथं हा केवळ 'व्यवहार' होतो कसा, हेच मला कळत नव्हतं. केव्हा तरी, केवळ औत्सुक्य म्हणून बाबल्याला मी हे सर्व कसं घडू शकतं हे विचारणार होतो.

...बाबल्या जेव्हा अचानक समोर उभा राहिला तेव्हा मी टरकलोच असं मी प्रथमच म्हणालो, पण त्याच वेळी खूप दिवस मनात असलेले 'ते' प्रश्न बाबल्याला विचारायचे आहेत याची मला आठवण झाली...

'काय यार, कुठं दडी मारली होतीत एवढे दिवस?'

'दौऱ्यावर होतो.' शेजारच्या खुर्चीवर बसत बाबल्या म्हणाला.

'कसला दौरा?'

'उत्तर हिंदुस्थानात हिंडून आलो.'

'दोन वर्ष हिंडत होतास?'

'दोन वर्ष कधी म्हणालो मी?'

'महाशय, मला भेटून गेल्याला दोन वर्षं होऊन गेली.'

'एवढे दिवस झाले?'

'हो ना.'

जरा वेळ थांबून बाबल्या म्हणाला,

'आम्ही आलो काय नि गेलो काय?– तुम्हाला आम्ही येतो ते कुठं आवडतं?–'

एकंदरीत बाबल्याने सगळं काही बरोबर हेरलं होतं. आता जास्त लपवालपवी करण्यात अर्थ नव्हता. त्याचं म्हणणं खोटं आहे हे सिद्ध करण्याचा खटाटोप फुकट होता.

मी म्हणालो,

'बाबल्या, तू म्हणतोस ते थोडसं खरं आहे. पण...'– माझं वाक्य अर्ध्यावर तोडत बाबल्या म्हणाला, 'पण माझ्याबद्दल कुठंतरी कौतुक आणि कुतूहल आहे, असंच ना?'

–मी न बोलता हसलो व त्याच्या त्या म्हणण्याला संमती दिली.
'म्हणूनच मी आज आलो. आज तू माझ्याबरोबर चल–'
'कुठे?'
'एवढाच प्रश्न फक्त विचारायचा नाही. सबंध रात्र आपण एकत्र घालवू. फक्त हे का?– ते का? कुठं जायचं, का जायचं, हे असले प्रश्न विचारायचे नाहीत. मी त्याची उत्तरं देऊ शकणार नाही. कारण, मला स्वत:ला हे असले प्रश्न कधी पडलेच नाहीत. प्रश्न उभा रहायच्या आतच आपल्याला उत्तरं सापडतात. तेव्हा काय, आपण आज मनमुराद हिंडायचं. वेळापत्रकाशिवाय फिरायचं. कबूल?'–
'अरे पण नाना...'
'नानाबिना कुछ नही! एक दिवस स्वत:चं आयुष्य जगायचं!– कशाचीही फिकीर न करता. तू नुसता चल माझ्याबरोबर! तू कशात भाग घेऊ नकोस फार तर. पण कमीत कमी ती निराळी दुनिया बघशील तर खरं?– तुझं नेहमीचं आयुष्य आहेच तुझ्याजवळ, पण एक दिवस, केवळ काही तास, जरा दुसऱ्या जगात डोकावून पाहशील तर खरं?– एवढा मोठा झालास तू! अजून तू एवढा बांधलेला? हे जीवनच नाही!' बाबल्याच्या बोलण्याचा माझ्या मनावर परिणाम झाला. त्यात, कुठं तरी मला ओढ वाटत होती हा भाग होताच. आपण स्वत: चळणार नाही, हा आत्मविश्वास तर पाठीशी होताच तसा काही धोका नव्हता. नाना फार तर रागावतील. पण त्यांना तसा पत्ता लागायचा नाही. आपण जायचंच बाबल्याबरोबर– बघायचीच ती दुनिया. जिथं धोका आहे असं वाटेल त्या क्षणी, तिथंच– बाबल्याचा निरोप घ्यायचा.
एवढा सगळा विचार करूनच मी बाबल्याचा हात घट्ट पकडीत म्हणालो,
'मी आज येणार तुझ्याबरोबर!– घरी निरोप पाठवतो.'

'पहिल्यांदा कुठे?' ऑफिसातून बाहेर पडल्यावर मी बाबल्याला विचारलं.
टॅक्सीला हात करीत तो म्हणाला, 'गेटवे ऑफ इंडियावर जाऊन बसू या.'
'अरे टॅक्सी कशाला, फिरत फिरत जाऊ या.'
'नो. नाऊ यू हॅव टु कीप क्वाएट अँड सी अँड एन्जॉय!'
–मी चुपचाप बसलो. गेटवे ऑफ इंडियापाशी आल्यावर आम्ही उतरलो, पण बाबल्याने टॅक्सीवाल्याचे पैसे दिले नाहीत. 'अरे टॅक्सीचं काय?'
'आपण समुद्रावर आलोत. आता विचार समुद्राचा, टॅक्सीवाल्याचा नाही. तो थांबेल.'
बाबल्यानं टॅक्सीवाल्याला थांबवलं व तो आरामात त्या कट्ट्यावर बसला. मी पण बसलो. कट्टा तापला होता. पण मजेदार वाटत होता. आम्ही तासभर तिथं होतो, अधूनमधून बोलत होतो, पण तो थांबलेला टॅक्सीवाला माझ्या डोक्यातून

जात नव्हता. केव्हातरी उगीचच वाटून गेलं. नाना गेटवेपाशी येणार तर नाहीत?– तसं कालत्रयी घडणार नव्हतं. पण तसा विचार मनात आला खरा! मग वाटलं, आले तर आले. बाबल्याबरोबर घटकाभर गेटवेपाशी बसलं तर त्यात काय धोका आहे?– काहीच नाही.

'आता आपण मस्तपैकी खाना घेऊ या.' बाबल्या म्हणाला.

'बोरीबंदरला जाऊया रेल्वे कँटीनमध्ये.'– मी मूर्खासारखं बोललो. ह्यावेळी बाबल्या काही बोलला नाही. त्यानं केवळ कीव करत माझ्याकडे पाहिलं. मी फटकारा बसल्याप्रमाणे गप्प बसलो.

त्या आलिशान हॉटेलात शिरताना– बाबल्यानं टॅक्सीवाल्याला दोन रुपये दिले व तो म्हणाला, 'ये सिर्फ खाना खानेके लिये. खाना लेके इधर वापस आना.'

–मी म्हणणार होतो की टॅक्सीवाल्याला जाऊ दे. पण नाही बोललो. त्या विचारांच्या गडबडीत हॉटेलचं नाव वाचायला विसरलो.

बाहेरच्या लॉनवर खुर्च्या मांडल्या होत्या. पांढरेशुभ्र टेबलक्लॉथ पसरले होते टेबलावर. प्रत्येक टेबलावर मंद प्रकाश पाजळणारे टेबल-लॅम्प्स होते. आम्ही स्थानापन्न होतो न होतो तेवढ्यात, माझ्यापेक्षा स्वच्छ कपडे असलेला वेटर, आदबीनं समोर येऊन उभा राहिला. त्याच्या छातीवर चकचकीत अक्षरात, हॉटेलचं नाव सांगणारी छोटीशी स्टीलची पट्टी होती. तीवरची अक्षरं वाचायचा प्रयत्न करेपर्यंतच तो वेटर, सलाम ठोकून निघून गेला!

जेवणाचं बिल देण्यासाठी बाबल्यानं जेव्हा दहाच्या दोन नोटा बशीत टाकल्या तेव्हा मला उगीचच तीन दिवसांचा पगार डोळ्यासमोर आला. बशीत किती पैसे परत आले हे मी मोजू शकलो नाही. पण टीप म्हणून जेव्हा बाबल्यानं दोनची नोट ठेवलेली पाहिली, तेव्हा मला वेटरचाच हेवा वाटला.

'आज चांदणी रात्र आहे. पुनः समुद्रावर जायला तुला आवडेल का?'– बाबल्यानं मला विचारलं. मी मानेनंच होकार दिला.

टॅक्सीत बसल्यावर बाबल्या म्हणाला, 'चलो नरीमन पॉइण्ट.'

नरीमन पॉइण्टला आम्ही जाऊन बसलो. तिथं पोहोचल्यावर बाबल्याची टकळी सुरू झाली. विषय बदलत बदलत बायकांच्यावर येऊन थांबला.

आणि बाबल्या मग त्याच्या जीवनातल्या खास हकीगती सांगू लागला. माझी कानशिलं गरम होऊ लागली. रक्त मस्तकात जाऊ लागलं. जणू चित्तवृत्ती थोड्याशा बावरल्या. टॅक्सीवाला अजून बाबल्यानं उभा केलाय ह्याचा आता विसर पडला. त्या तसल्या चविष्ट गप्पांत बराच वेळ गेला. किती ते कळलं नाही. एकाएकी बाबल्या उठला व म्हणाला, 'चला आता.'

'बस रे, छान बसलोत गप्पा मारत.'
'छे छे, बोलण्याची वेळ संपली. आता काहीतरी करण्याची वेळ आली आहे, चल.'
'कुठे पण?'
'तुला नव्या वाटणाऱ्या विश्वात. चंदेरी, रंगेरी दुनिया प्रत्यक्ष पाहाच आज.'
'नको, बाबल्या नको, मी घरी निरोप पाठवलाय उशीर होईल म्हणून. तेव्हा तू मला आता घरी सोड आणि कुठेही जा.'
'यार, अर्ध्या मैफलीतून अरसिकासारखा जाऊ नकोस. मैफल ती मैफल. ती खरी उत्तररात्रीच रंगते. तुला नुसतं यायला काय हरकत आहे? कोण बघणार आहे तुला तिथे? कोणी नाही. त्या भागात नाना नक्की येणार नाहीत. आणि जर आलेच तर त्यांना 'तू इथं का?' हा प्रश्न विचारण्याची छाती होईल का?'
तशाही परिस्थितीत बाबल्याच्या ह्या प्रश्नाला मी खळखळून हसलो. बाबल्या माझ्या हसण्यानं मोकळा झाला. तो उमेदीनं म्हणाला,
'त्या प्रांतातली हीच तर मजा आहे. तिथं कोणी भेटलं तरी ओळख देता येत नाही. तेरी भी चूप और मेरी भी चूप असा प्रकार असतो. तेव्हा तू आलास तरी तुला धोका नाही. चल, मजा कर, कमसे कम बघ.'
धोका नाही म्हटल्यावर मी जायला तयार झालो. टॅक्सीवाल्याला बाबल्यानं कोणत्या तरी रस्त्याचं नाव सांगितलं. कळत नकळत मी सुंद झालो होतो. कसली तरी अनामिक हुरहुर सुरू झाली होती. नाडीची गती वाढली होती. काळजात एखादा ठोका चुकत होता.
वळणे घेत घेत टॅक्सी चालली होती. टॅक्सीवाल्यानं गिऱ्हाईकाचा रंग ओळखला होता. आजची रात्र प्राप्तीची रात्र आहे हे त्यानं हेरलं होतं. त्यामुळे तोही मजेत होता. त्यातून आता आम्ही तिघेही पुरुष होतो व त्या चंदेरी, जादूई नगरीत फिरत होतो. तेव्हा तिघांच्याही चित्तवृत्ती हलक्याफुलक्या झाल्या होत्या. तरी मी फार बावरलो होतो. इथं आता दिवस उजाडला होता. सगळ्या वास्तूला निराळा आकार आला होता. वास येत होता. रंग चढला होता. ओळखीचा एकही चेहरा तिथं नव्हता, प्रत्येकाच्या नजरा, एकमेकांना ओळखून असल्याप्रमाणे वाटत होत्या. आज ह्या विभागात आपणदेखील एकाच मापाने मोजले जाणार आहोत, एकाच वजनाने तोलले जाणार आहोत ह्याची जाणीव होऊन मी कुठंतरी शरमलो, पण तसं कोणी ओळखत नाही ही सुरक्षितता सुखवीत होतीही.
–कोणत्यातरी घरासमोर टॅक्सी थांबली. 'चल, उतर.' बाबल्या म्हणाला. मी भानावर आलो. बाबल्या मला काय सांगतोय त्याचा अर्थबोध व्हायला मला वेळ लागला. पण जेव्हा तो झाला तेव्हा कोठे ओठ कोरडे पडले. 'येतोस ना?'

'नको बाबल्या, मी येत नाही. टॅक्सीतच थांबतो. तू जा.' मी निग्रहानं म्हणालो.

'अरे चल रे, भलत्या ठिकाणी सोवळेपणा दाखवू नकोस.'

'नको रे.'

'कमीत कमी पान खा आणि ये परत.'

'नको, पानही नको.'

–मग मात्र मला फार आग्रह करण्याच्या भानगडीत न पडता बाबल्या निघून गेला.

–बाबल्या जाऊन पाचएक मिनिटं झाली असतील, टॅक्सीवाल्यानं मला विचारलं, 'बाबूजी आप नही गये?'

–आता आली पंचाईत. टॅक्सीवाल्याशी बोलायचं, तेही ह्या विषयावर, आणि तेही हिंदीत. ह्या दिव्यापेक्षा बाबल्याबरोबरच का नाही गेलो?

'आप नही गये?' त्यानं परत विचारलं.

'नही.'

'दिल नही लगता?'

'नही.'

'पहिली बार आये है– ऐसा लगता है!'

'हाँ.'

'पहिले बार तो ऐसाही होता है. लेकिन ऐसाही वापस जाना अच्छा नही, आप जाईये.' टॅक्सीवाला म्हणाला.

'नहीं, नहीं. हम नही जायेंगे.' मी म्हणालो.

–जरा वेळ टॅक्सीवाला गप्प बसला. मला बरं वाटलं. पण परत मी म्हणालो, 'बाबूजी नहीं जायेंगे?'

'नहीं, नहीं.'

'तो एक एहसान करेंगे?' त्यानं विचारलं.

एहसान– ह्या शब्दाचा अर्थ मला बराच वेळ कळेना. मी आपलं अंदाजानं हो म्हणावं आणि त्यानं कसली तरी मागणी करावी, ह्या भीतीनं मी गप्प बसलो. पण त्यानं माझ्या उत्तराची वाट पाहिली नाही. तो म्हणाला,

'हम भी जरा जाके आयेंगे, मजा करेंगे. टॅक्सी संभालना.'

–मी 'हो' म्हणताच तो निघून गेला व समोरच्या गल्लीत दिसेनासा झाला.

–मला डुलकी आली. मी मागच्या बाजूला पडून राहिलो. पण थोड्याच वेळात जागा झालो. मला कुणीतरी हलवीत होतं. नीट डोळे उघडून पाहातो तो पोलिस! मला दरदरून घाम फुटला.

'टॅक्सी आगे ले लो, इधर खडी नहीं करना.'

–कपाळ माझं! आता ह्या पोलिसाला काय सांगणार? तो मलाच टॅक्सीवाला

समजला होता. मी जर ते नाकारलं, तर मी ह्या अशा विभागात– एखाद्या नायकिणीच्या पलंगावर आरामात झोपण्याऐवजी, टॅक्सीत का झोपलोय ह्याला उत्तर नव्हतं. ड्रायव्हिंग येत नव्हतं, तेव्हा टॅक्सी कशी चालवणार? शेवटी मेंदू चांगला चालला. खिशातून अधेली काढून मी हवालदाराच्या हातावर ठेवली. सलाम करीत तो मुकाट्यानं निघून गेला. आता टॅक्सीत थांबणंही धोक्याचं होतं. दरवाजा उघडून मी बाहेर आलो. समोरच एक कट्टा होता. रुमालानं मी तो झटकल्यासारखं केलं व गुडघ्याभोवती हाताचा विळखा घालीत बसून राहिलो. आता काही धोका नव्हता. फक्त बाबल्याची व त्या टॅक्सीवाल्याची वाट पाहात बसावं लागेल, एवढंच!–

–पण नाहीच!–

आता दैव हात धुऊन मागं लागलं होतं. अर्धा-पाऊण तास गेला असेल नसेल. सहज समोर पाहिलं आणि विजेचा झटका बसावा असं झालं. ऑफिसात माझ्याच पुढच्या टेबलावर बसणारा मानकर येत होता समोरून. हो मानकरच तो. त्यानं मला पाहणं अजिबात इष्ट नव्हतं. लपायला जागा नव्हती. पुन: टॅक्सीत बसलो आणि मानकरला टॅक्सीच हवी असेल तर? अनेक विचार मनात आले व गेले. शेजारीच एक जिना होता. जिन्यावरून वर जावं का? पण नको. मानकरही नेमका त्याच जिन्यानं वर आला तर?–

अशा कोंडीत सापडलो असतानाच शेजारचा दरवाजा खाडकन् उघडला. मागचा पुढचा विचार न करता, मी आत घुसलो. मानकरला चुकवायचं एवढा एकच विचार तेव्हा डोक्यात होता. मी आत जाऊन दरवाजा लोटून दिला. काय होतंय् हे समजायच्या आतच कमरेला दोन नाजूक हातांचा विळखा पडला. मी तो विळखा कसाबसा सोडवला व कोरड्या आवाजात म्हणालो, 'सबूर! दूरसे बात करना, दूरसे बात करना.'

पण समोरची व्यक्ती मुरलेलीच. ती फिदीफिदी हसत म्हणाली, 'और बात करनेकी जरूरत न हो तो?'

तेवढ्यात आतून आवाज आला, 'गुलाब, कौन है?'

गुलाब दात काढीत म्हणाली, 'बिलकुल नया आदमी. नहीं नहीं बच्चा है! दूध पिलाके छोड देना चाहिए!'

–आतून खिदळण्याचा आवाज आला. मी परत दरवाज्याकडे धावलो. मानकर परवडला; नाचक्की परवडली, पण ही गुलाब नव्हे. नुसते काटेच– ते नकोत. पण काय हवं, काय नको, हा प्रश्न राहिला नव्हता. आतल्या खोलीतून आणखीन दोघी-तिघी आल्या व त्यांनी मला वेढलं.

त्यानंतरच्या तासात मी काहीच मिळवलं नाही. पण त्या दोघीतिघींनी मला

भलतेसलते प्रश्न विचारून स्वत:ची खूप करमणूक करून घेतली. नुसत्या गप्पा मारून जेव्हा त्या कंटाळल्या तेव्हा माझी सुटका झाली.

–मी बाहेर आलो तेव्हा टॅक्सीवाला व बाबल्या दोघंजण माझी वाट पाहात टॅक्सीत बसले होते. टॅक्सीवाला नुसताच हसला व बाबल्या म्हणाला, 'उगीचच एखाद्यावर माड्या चढण्याचा आरोप करू नये, कारण एखाद्याची ओळख तळमजल्यावरच असते.'

'बाबल्या'– मी ओरडलो.

'जाऊ दे रे, हे सगळं स्वाभाविक आहे.' बाबल्याचे ते शब्द कान भाजत गेले.

'आता कुठे?' बाबल्यानं विचारलं.

'मसणात.' मी वैतागून बोललो.

–सकाळचे साडेसहा वाजायला आले होते. आमची टॅक्सी दाजीसाहेबांच्या दाराशी थांबली.

'येतोस आत?' बाबल्यानं विचारलं.

'नको.'

'इथं यायला काय हरकत आहे?'

–मी विचार केला. बाबल्याचं म्हणणं खरं होतं. दाजींपासून मला कसलाच धोका नव्हता. मी बेधडक बाबल्याबरोबर आत गेलो...

चहापाणी आटोपून मी घरी परतलो. सुदैवाने नाना बाहेर गेले होते. मी सुस्कारा सोडला. नेहमीचे व्यवहार आटोपून ऑफिसात आलो. मानकर साळसुदासारखा काम करीत बसला होता. मी मनाशी हसलो.

आणि दुपारी अचानक नाना ऑफिसात आले. मला धक्काच बसला. मी ऑफिसच्या बाहेर आलो. करड्या आवाजात नाना म्हणाले,

'कालची अख्खी रात्र बाबल्याबरोबर होतास ना?'– मी मान हलवली.

'चांगले गुण दाखविलेत.'– इथपासून नानांनी जी सुरुवात केली ती विचारू नका. बाबल्यानं टॅक्सीवाल्याचं बिल बुडविलं होतं. तो आता पोलिसांच्या कच्च्या कैदेत होता. टॅक्सीवाला दाजींकडे गेला होता. तिथे टॅक्सीवाल्याकडून आमच्या दोघांचा सगळा कार्यक्रम दाजींना व दाजींकडून नानांना समजला होता. दाजींनी टॅक्सीवाल्याचं सबंध रात्रीचं बिल दिलं होत. मी सकाळी दाजींच्या घरी गेलो नसतो तर त्यातून सुटलो असतो पण दाजींकडून कसला आलाय धोका?– ह्या विचाराने मी त्यांना ऐटीत भेटलो आणि तिथंच चुकलं होतं. जी जागा आपल्याला खूप सुरक्षित वाटते तीच गोत्यात आणते.

–दाजींसारख्या सोनारानं– ह्या वयात, माझे परत कान टोचले होते– दुसरं काय?

◆

त्याचा येळकोट राहिना

पाकिटावर पत्ता टाईप करणाऱ्या माणसांचा मला उगीचच राग येतो. बाहेरच्या अक्षरावरून पत्र कुणाचं आहे हे कसं पाकीट फोडण्यापूर्वी समजलं पाहिजे, म्हणजे मग पत्र फोडता फोडता स्वारीनं काय काय लिहिलं असेल ह्यासंबंधी तर्क लढविताना 'मजा' येतो. पत्ता टाईप करण्याचा कसला हा आगाऊपणा?
'पत्र फोडा तरी लवकर. पाहात काय राहिलात?' – स्वयंपाकघरातून बाहेर येत भारतीनं भासणार नाही अशा स्वरात 'दम' दिला.
'होय, होय केवढी घाई. पोस्टमनच पंधरा मिनिटं उशिरा आला असता तर?'– बोलता बोलता मी पाकीट फोडलं. माझ्या सवयीनुसार अगोदर खालची सही वाचत मी पुटपुटलो,
'कोण? कम्या?'– माझ्या ह्या पुटपुटण्यावर धावत येऊन भारतीनं माझ्या हातातील पाकीट व पत्र हिसकावूनच घेतलं. त्याच्यावर नजर फिरवीत ती ओरडली, 'अय्या, कमलाकरचं पत्र एवढ्या वर्षांनी?'
'कोण कमलाकर?'– मी विचारलं.
'इश्श, असं काय करताय? आमचा कमलाकर नाही माहीत? बाकी बरोबर. तुम्ही अजून त्याला पाहिलं नाहीत का? बरोबर.'
'ते राहू दे. पत्र तर वाच अगोदर.'
भारती पत्र वाचू लागली. पत्र वाचायचा वेळ बचावला असं म्हणत मी पूर्ववत् दाढी करायला लागलो. आता भारतीनं पत्र मोठ्यांदा वाचावं की नाही? कमलाकर का कम्या, त्याला मी पाहिलं नसलं म्हणून काय झालं? त्याच्या पत्रात मला इंटरेस्ट नाही कोण म्हणतं?
'ए बयाबाई, मोठ्यांदा वाच ना!'– मी चढ्या आवाजात म्हणालो. हातानं थांबण्याची खूण करीत भारती वाचतच राहिली. मधेच तिनं डोळे मोठे केले. मग नवलानं हात तोंडाशी नेला, 'अय्या' म्हणत स्वत:भोवती गिरकी घेतली. पत्र उलटून परत वाचायला सुरुवात केली. माझ्याशी लग्न होऊन साडेतीन चार वर्षे झाली, पण अजून भारतीचा अल्लडपणा, पोरपणा काही कमी झालेला

नाही.

'कम्या येतोय' पत्र संपवीत ती माझ्याजवळ येत म्हणाली.

'हं'– मी थंडपणा दाखवला.

'हूं काय नुसतं?'

'मग काय तुझ्यासारख्या गिरक्या घेऊ?'

'कम्या येतोय मोटारीतून.'

'मग त्यात काय विशेष?'– मी दाढी संपवीत विचारलं.

'स्वतःच्या मोटारीतून येतोय. एस. टी. तून नाही! वाचा, पत्र वाचा,'– माझ्या अंगावर भारतीनं पत्र टाकलं. मी वाचू लागलो. दोन्ही हात कमरेवर ठेवून रखमाईसारखी भारती समोर उभी राहिली. पत्राची घडी घालीत मी भारतीला विचारलं,

'ह्या भावाबद्दल तू कधी बोलली नाहीस ते माझ्याजवळ?'

'नाही बोलले. कधी वेळ आली नाही. एकदा विषय निघालाही होता आमच्या मामांवरून. तुमच्या लक्षात नाही आता.'

'पण काय ग, नवी मोटार एकदम घेणार म्हणताहेत, काय व्यवसाय तरी काय करतो?'

थोडासा विचार करीत भारती म्हणाली, 'मलाही त्याची कल्पना नाही. तो माझ्या बरोबरीचा पण काहीसा तिरसट आहे. आम्ही कोणीच त्याच्याशी तसे फारसे मोकळे नव्हतो.'

'मग आता मधेच तुझी आठवण कशी आली?'

'त्याचं तर आश्चर्यच आहे. लग्नालादेखील आला नव्हता. बदलतात पण माणसं. त्याला आता वाटायला लागलंही असेल. सगळ्यांकडे जावं यावं असं.'

'हो, त्यातून आता स्वतःची मोटार येत्याय, मजा आहे.'

काही वेळ तसाच गेला. भारती पुनः एकदा पत्र वाचायला लागली. मी दाढीचं सामान आवरू लागलो.

'आज बुधवार नाही का? अय्या, म्हणजे कम्या उद्याच येणार की!' भारती म्हणाली.

'हो उद्याच.'

'मग, उद्या तुम्ही रजा घ्याल?' भारती लाडात येत म्हणाली.

'रजा?'

'हो.'

'अग पण का? कशाला?'

'ऊं, आमचा एवढा भाऊ, मोटार विकत घेऊन येणार! त्याचं तुम्हाला कौतुकच

नाही!' भारती फुरंगटून म्हणाली.
'हो, पण त्याला मी काय करू मग? रजा घेऊन कौतुक करायचं म्हणजे काय करायचं? थोडी रजा राहू दे शिल्लक. मग ट्रिपला वगैरे गेलो तर घेता येईलच की रजा!'
'बरं बरं!' भारतीची लगेच समजूत पटली.
'बरं, आज आम्हांला वेळेवर जाऊ देणार की नाही ऑफिसला?'
'स्वयपाक सगळा तयार आहे. आंघोळ उरका, या पानावर.'
ऑफिसच्या कामाच्या रामरगाड्यात मला कमलाकरचा केव्हाच विसर पडला. आमचा दिवेकर आज नेमका गैरहजर होता. त्याचं टायपिंगचं काम माझ्यावर पडलं. दुपारी तीन साडेतीननंतर कामाचा फारच कंटाळा आला. समोरचा काळतोंड्या टाईपरायटर फेकून देऊन घरी पळावसं वाटू लागलं. पण छे, ह्या वस्तूवर तर आपण आपला संसार चालवलाय. कंटाळा करून कसं चालेल? आता एवढ्यात साहेबांकडून बोलावणं येईल. स्टेटमेन्टस्‌ची मागणी होईल...
'साहेब बोलावताहेत!' शिपाई सांगत होता.
आळस झाडून टाकीत मी उठलो. तोंडावर पाणी वगैरे मारून, फायली खाकोटीस घेऊन मी साहेबांच्या खोलीत प्रवेश केला त्यांच्या खोलीत एक अत्यंत रुबाबदार आणि बडा गृहस्थ बसलेला होता. कोणीतरी एकजण 'डिस्कशन्सला' येणार होता. तोच असावा. एका धावत्या दृष्टिक्षेपात मी त्याला जास्तीत जास्त पाहून घेतलं.
'फाईल्स नको होत्या आत्ता–' साहेब म्हणाले.
'तयार आहेत सगळ्या.'
'बरं, ठेवून द्या इथे. आणि बसा इथंच जरा; एक फार मोठी असामी आपल्याकडे आली आहे. त्यांचा परिचय करून देतो. स्वस्तिक इम्पोर्ट-एक्सपोर्टचं नाव तुम्ही ऐकलं असेलच.'
'ऐकलंय म्हणजे आपलं असंच. आपला अलीकडेच कॉरस्पॉन्डन्स चालू झालाय तेच ना?' – मी तर्क लढवीत विचारलं.
साहेब उमेदीनं म्हणाले, 'तेच तेच. त्या फर्मचे हे चीफ सेक्रेटरी. कमलाकर भावे.'
'आँ?' मी चपापलोच.
साहेब हसायला लागले. मी आणखीनच गडबडलो. भाव्यांना नमस्कार करायचं देखील मला भान राहिलं नाही. मी त्यांच्याकडे नुसतंच पाहिलं तेव्हा मोकळेपणी हसत ते म्हणाले,

'मीच कमलाकर भावे, उर्फ कम्या. तुमचा धाकटा मेव्हणा.'

मीही मग हसलो. वातावरण एकदम हलकं झालं. तेवढ्यात चहाचा ट्रे आला. मी जायला लागलो.

'अरे, जाताय कुठे? चहाच घेऊन जा.' साहेबांनी म्हटले. मी आणखीनच बावचळलो. साहेबांच्या केबिनमध्ये त्यांच्याबरोबर चहा घेण्याचा हा पहिलाच प्रसंग. आता थांबणं क्रमप्राप्तच होतं. मीच मग पुढे सरसावून चहा तयार करू लागलो.

'तुम्ही उद्या येणार होतात ना?' मी कमलाकरना विचारलं.

'एक दिवस लवकर निघालो.'

'एकदम सरप्राइझ करण्याचा विचार होता वाटतं?'

'सरप्राइझ मीच झालो. तुम्ही सर्व्हिसला इथं आहात हे कुठं माहीत होतं आम्हाला? तुमचा सहज विषय निघाला.'

कमलाकरना मधेच अडवीत साहेब म्हणाले,

'तुम्हाला खरं सांगायला हरकत नाही. ह्यांना एक चांगला असिस्टंट हवाय, त्या संदर्भात तुमचं नाव निघालं होतं.'

साहेबांच्या ह्या प्रकट नावाजणीवर माझा संकोच आणखीन वाढला; अर्थात बरंही वाटलं.

'मग काय येणार का आमच्याबरोबर?' कमलाकरांनी विचारलं. त्यावर साहेब म्हणाले,

'तुम्ही खूप न्याल; पण मी सोडायला हवं ना त्यांना.'

मी दोघांच्यापुढे चहाचे कप ठेवले आणि मग हे संभाषण आपोआपच थांबलं. चहा संपविता संपविता साहेब मला म्हणाले,

'हे तुम्हाला न्यायला आले आहेत. काम राहू द्या आता. तुम्ही गेलात तरी चालेल.'

साहेबांचे आभार मानीत मी केबिनबाहेर आलो. साहेबांबरोबर आज आमचा चहा झाला ह्या कारणासाठी बाकीच्यांनी मला चहा मागितला. मी लवकर निघालो हे पाहून तर मग गोखले म्हणतो, 'आता नुसत्या चहावर भागणार नाही. भजी पण हवीत.' कमलाकर माझ्या टेबलाजवळ आल्यावर मात्र चारही बाजूंनी येणाऱ्या ह्या मागण्या थांबल्या. पाच एक मिनिटांतच इतर सहकाऱ्यांना 'टुक् टुक्' करीत मी रुबाबात ऑफिस दीड तास लवकर सोडलं.

ऑफिसच्या दरवाज्यासमोर एक ऐटबाज चकचकीत गाडी उभी होती. तिच्याकडे टेचात पावले टाकीत जात कमलाकर म्हणाले,

'ही आमची हेरॉल्ड. स्टॅण्डर्ड हेरॉल्ड.'

यत्किंचितही आवाज न करता गाडी चालू लागली. चालू कसली लागली म्हणा? बर्फावरून स्केटर्स घसरावेत तशी गाडी रस्त्यावरून घसरतच होती. मी उगीचच अंग चोरून बसलो होतो.

'अरे, यार, आरामसे बैठो ना!'– कमलाकर म्हणाले. मी हसलो. एक सफाईदार वळण घेत कमलाकर म्हणाले,

'माफ करा हं, तुमच्यापेक्षा मी लहान आहे, तोंडात हे असेच शब्द बसले आहेत. आमच्या ह्या अशा रफ मॅनर्स. तेवढ्यासाठी आम्ही फारसे कुणाकडे जात येत नाही. पण म्हटलं, असं लोकांपासून दूर दूर राहिलं तर या असल्या सवयीची आपोआप जोपासना व्हायची. मग ठरवलं. सगळ्यांकडे जात येत रहायचं. अरे हो, मी बोलतच राहिलो, आम्हाला रस्ता दाखवा बरं का बरोबर. ंदाजानं आम्हाला तुमचं घर माहीत आहे. आपण बरोबर चाललो आहात ना?'

'हो बरोबर. तुम्ही म्हणजे अगोदर घरी गेला नाहीत?'

'नाही ना. परस्पर ऑफिसातच आलो. आज कार्यक्रम थोडा उलटासुलटाच झाला. गाडी ताब्यात येण्यापूर्वी तुम्हाला भेटणार होतो, पण सगळाच पहिला कार्यक्रम फिसकटला.'

'मला वाटलं तुम्ही घरी जाऊन भारतीला भेटून वगैरे आला असाल?'

'भारती? कोण भारती?' कमलाकरांनी विचारलं.

'भारती– तुमची भगिना.'

'अच्छा अच्छा, म्हणजे विजू? तिचं नाव भारती ठेवलंत काय? छान छान. नाव छान आहे. आता गंमतच होईल तिची आपण असं करू. तुम्ही गाडीतच बसा. मी एकटाच घरी जातो. तिला बाहेर काढतो आणि घेऊन येतो गाडीत. मजा करू जरा तिची.'

मी गाडीत बसून राहिलो. मोटारीत बसून मी कमलाकरना माझी खोली दाखविली. 'आता येतोच.' असं म्हणून कमलाकर निघून गेले. त्यांच्या पाठमोऱ्या आकृतीकडे, झुळझुळत्या सुटाच्या कापडाकडे मी पाहून घेतलं. ते नजरेआड झाल्यावर मी मग माझी नजर मोटारीकडे वळवली. मघाशी त्यांच्यादेखत मला ज्या गोष्टी जास्त निरखून पाहता येत नव्हत्या त्या मी आता पाहू लागलो. बसण्याच्या गादीपासून सुरुवात केली. स्टेअरिंगला हात लावला. गाडीतला दिवा लावून पाहिला; आणि हे सगळं निरीक्षण चालू असतानाच मनात एक विचार आला, तो म्हणजे कमलाकरांचा!– एवढी बडी असामी. दहाच मिनिटांपूर्वी आपल्या आयुष्यात प्रथम आला आणि एवढ्या मोकळेपणी कसा वागू शकतो? खूप वर्षांची ओळख असल्याप्रमाणे माणसं एकदम कशी काय बोलू चालू शकतात? ते म्हणतात, मी माणसांपासून दूर राहिलेलो आहे

मुद्दाम. माणसं अशी एका रात्रीत बदलतात का?– भारतीनं एवढ्या मोठ्या व्यक्तीचा एकदाही कसा उल्लेख करू नये?

कमलाकरांना एवढा आपलेपणा एकदम कसा वाटायला लागला असेल? का हे नाटक आहे? नसेल पण!– असेल, असेल, बदलतो माणूस, ह्याहीपेक्षा आश्चर्यकारक घटना घडतात जीवनात; त्यात ह्याचं काय?

भारती फारसं कधी बोलली नाही ह्या गृहस्थाबद्दल ते बरंच झालं. पूर्वीचा कोणताही

ह, कोणतीही दृष्टी तयार नसताना मी ह्या गृहस्थाला 'enjoy' करू शकेन. सर्कशीचा तंबू पाहायला मुलांनी जसं धावावं तशी भारती धावत आली. कमलाकरची वाट न पाहता मोटारजवळ ती वेगानं आली आणि मला पाहून जवळ जवळ ओरडली,

'अय्या तुम्ही?'

तेवढ्यात पाठोपाठ कमलाकर आलेच.

'कम्या, तुझा वाह्यातपणा अजून गेलेला दिसत नाही?'– त्याच्याकडे लटक्या रागानं पाहात भारती म्हणाली.

'आता ह्यात मी काय केलं?'– खेळकर नजरेनं पाहात कमलाकरनं परत विचारलं.

'ते आता मलाच परत विचार. ह्यांच्या ऑफिसात जाऊन त्यांना चकित करू म्हणाले, तर चांगली संभावितासारखी मान हलवलीस. अगदी होतास तस्साच आहेस.'

'अगदी तस्साच राहिलोय. समजलं?'

'होऽ, समजलं.'

त्या दोघांचं ते लटकं भांडणं तसंच चालू राहिलं असतं. मी मधेच म्हणालो, 'बरं तुम्ही दोघं आता मोटारीत येणार आहात की नाही? नाही म्हणजे येणार नसाल तर मी पण तुमच्याबरोबर उभा राहतो.'

मग मात्र दोन्हीकडचे दरवाजे उघडून दोघंही आत बसली.

दोन्ही हात स्टेअरिंगवर ठेवीत कमलाकरांनी विचारलं,

'बोला, कुठं जाणार?'

मी काही म्हणायच्या आत भारती म्हणाली,

'आम्ही दोघांनी आमचे देह तुझ्या स्वाधीन केले आहेत. नेशील तिकडं नेशील.'

कमलाकर येऊन हां हां म्हणता चार दिवस झाले. दिवस कसे पंख लावून संपत होते. दिवस उजाडायचा केव्हा, मावळायचा केव्हा हे कळत नव्हतं; आणि कसं कळावं? मनात येईल तसं आम्ही वागत होतो. परवा सकाळी जाग

येता येता कमलाकर म्हणाला,
'आज सकाळचा चहा बाहेर घ्यायचा.'
झालं! पेटवलेला स्टोव्ह कमलाकरनं भारतीला विझवायला लावला. आम्ही खरोखरच चहा घेण्यासाठी बाहेर पडलो. एकदा जुहूला म्हणून निघालो आणि लोणावळ्याला जाऊन आलो. जीव कसा अल्लद वरच्यावर फिरत होता चार दिवस. मला ऑफिसला पोचवणं आणि घरी परत आणणं, ही बाब तर काय, की जणू तेवढ्यासाठीच त्यांनी मोटार घेतली होती. धावपळ नाही, गाडीची धास्ती नाही, लोंबकळणं नाही.
–साध्या चित्रपटात एखादाच प्रसंग, एखादाच नाच रंगीत असतो. कमलाकरच्या सहवासात तसाच एखादा 'रंगीन' प्रसंग सुरू झाल्याप्रमाणे वाटत होता– मला ऑफिसात येऊन चांगला दीड तास झाला होता. कमलाकरनीच मला सोडलं होतं. एक मस्तपैकी चहा मारावा म्हणून उठणार तेवढ्यात गोडबोले आला.
'मला जरा पेन दे तुझं?'
मी खिशात हात घातला. खिशात पेन नव्हतं. ड्रॉवर उघडला. ड्रॉवरमधेही पेन नव्हतं. सहसा मी पेन घरी विसरत नाही; आज विसरलो होतो मात्र.
'सॉरी मिस्टर गोडबोले, मी पेन घरी विसरलो आज.'
नंतर सबंध दिवस मात्र उगीचच बेचैन होतो.
संध्याकाळी घरी गाडीनेच गेलो. कमलाकर येणार होते न्यायला. पण नाही आले आणि मलाही थांबांवसं वाटलं नाही. आल्याबरोबर मी घरच्या टेबलाचा ड्रॉवर तपासला. त्यातही पेन नव्हतं.
टेबलाखाली पडला असेल म्हणून तसाच बाहेरच्या कपड्यानिशी वाकलो.
'हे काय, आल्यापासून शोधाशोध चालली आहे?' भारतीने विचारले.
'माझं पेन पाहिलंस का तू?'– कपडे झटकीत मी विचारलं.
'नाही बाई, नेमकं घरीच राहिलं का?'
'होय.'
'केव्हा होतं?'
'काल रात्रीपर्यंत होतं. सकाळी पण होतं,'
'ऑफिसात नेलंत का?'– भारतीनं विचारलं.
माझा पारा हळूहळू चढणार होता. एखादी वस्तू हरवली की त्याचा ताप होत असतोच, पण त्याहीपेक्षा दुसरा कोणी जे शंभर प्रश्न उपस्थित करतो व हजारो पर्याय सुचवतो त्यानंच टाळकं दुप्पट फिरतं त्यात घरात वडीलधारी माणसं असावीत; त्यांचं ताबडतोब शिस्त, जागच्या जागी वस्तू ठेवण्याची सवय– त्यावर बौद्धिक सुरू होतं. झक मारली आणि न सापडणाऱ्या वस्तूचा उल्लेख

केला असं वाटतं. आता भारती पण लांबलचक भेंडोळी अंगावर सोडणार ह्यात संशय नव्हता. गर्दीत मारलं असेल, तुम्ही शर्टाला लावून हिंडता, ते गळूनच पडलं असेल. कुणीतरी नेऊन परत केलं नसेल, एक ना दोन, 'आपकी फर्माईश' मधल्या सुननेवालोंकी नामावली आटपत नाही तसे भारतीचे प्रश्न सुरू होणार. मी मग म्हणालो,

'कोणतेही प्रश्न विचारू नकोस, तर्क लढवू नकोस. पेन घरातच होतं आणि गेलं असल्यास घरातूनच गेलं असणार. घरी कोणी आलं होतं का?'

'कम्याचे सात-आठ स्नेही आले होते आणि रात्री पण येणार आहेत. माझा तर अगदी पिट्टा पडलाय कम्याच्या दोस्तांची ऊठबस करून.'

'त्याशिवाय आणखी कोण आलं होतं?'

'हो बाई, किसन आला होता.'

'काऽय–' मी ओरडलोच.

'ओरडू नका. किसन आला होता पण त्याचा काही संबंध नाही.'

'पुढचं सांगण्याची जरुरी नाही. तो आला ह्यात सगळं आलं आणि पेनही गेलं. त्याला पण तू घरात घेतलंस का?'– मी अगदी वैतागून विचारलं. आता समोर किसन असता तर मी त्याला जरासंधासारखा चिरलाच असता. त्या प्राण्याने मागे चारच दिवसांच्या वास्तव्यात मला जबरदस्त तडाखा दिला होता. भारती सांगायला लागली,

'इथं कमलाकर बसला होता. त्याचा एक व्यापारी पण होता. त्यांच्यासमोर किसनला 'चालता हो' कसं म्हणायचं? म्हटलं घेईल चहाचा घोट आणि लागेल चालायला.'

'छान. वर त्याला तू चहाही दिलास? आता कमाल झाली तुझ्यापुढे.'

'अहो काही गृहस्थधर्म आहे की नाही? सगळ्यांना चहा देताना त्यालाच फक्त वगळायचा का?'

'तू स्वत:चा धर्म सांभाळलास, किसननं त्याचा सांभाळला.'

'तुमची ह्या विचारात चूक होत आहे. पेन मारण्यासाठी किसन टेबलापर्यंत पोचायला तर हवा की नको? पेन घरातून गेलेलं नाही. आणि गेलंच असल्यास किसनकडून नक्की नाही गेलेलं.'

'तू आश्वासनपूर्वक सांग, किंवा कसंही सांग. किसन येऊन गेला. त्यात सगळं उत्तर मला मिळालेलं आहे.'

भारतीला ह्यावर काहीतरी निश्चित बोलायचं होतं पण तेवढ्यात कमलाकर आले, पाठोपाठ त्यांचे स्नेही आले.

'काय भारतीबेन, आज काय 'मेनू' आहे?' कमलाकरांनी येता येताच विचारलं.

'मेनू तुमच्यावर ठेवलाय. तू सांगशील ते करून वाढवणार आहे.' भारती म्हणाली.
'म्हणजे अजून काही केलं नाहीस ना. ह्या राजेश्रींना फीस्ट घरात नकोच आहे. हॉटेलात हवी आहे. बाय् द बाय्, मीट माय ब्रदर-इन-लॉ.'
मी त्या गृहस्थांना नमस्कार केला.
'आणि हे श्री. पतकी, आमच्यासारखेच ह्या नव्या व्यवसायात आलेले एक सद्‌गृहस्थ.'
ओळखदेख, नमस्कार-चमत्कारांचा कार्यक्रम पार पाडल्यावर आम्ही जेवायला बाहेर पडलो ते नरीमन पॉइंट, गेटवे हे सगळंच उरकून रात्री साडेबारा वाजता परतलो. पेनचा विषय संपला तसाच!
मधे दोन दिवस तसेच गेले.
तिसऱ्या दिवशी ऑफिसात आल्यावर पाकीट उघडलं तर पाचची एक नोट कमी! तरी मला आता तसं घाबरण्याचं कारण नव्हतं. कमलाकरसारखी गाडीवाली 'असामी' घरी आली होती. त्यानं नव्या नव्या नवलाईचा हात सैल सोडला असल्यास नवल नव्हतं. तो जेवणाखाण्यात, हिंडण्याफिरण्यात आणि नाटकसिनेमात पैसे उधळत होता. त्याची बरोबरी आम्हाला करता येण्यासारखी नव्हतीच, तरी थोडीफार आमच्या पाकिटाची शिवण उसवली होतीच. पलंगावर पहिल्याप्रथम एक नवी चादर आणावी लागली. कमलाकरकडे रोज बडे बडे व्यापारी मित्र येत जात होते. चादरीचं 'कलम' बजेट प्रोव्हिजनमध्ये नव्हतं, तरी 'एक्स्ट्रा आयटेम' म्हणून चादरीची खरेदी झाली. टेबलाला बऱ्यापैकी टेबलक्लॉथ मिळून त्याचं 'प्रमोशन' झालं. ही पाचाची एकुलती नोट पण अशीच 'एक्स्ट्रा आयटेम'मध्ये गेली असणार.
त्यानंतरच्या शनिवारी कमलाकर अचानकपणे गावाला गेले. जेवढ्या अकल्पितपणे ते आले तेवढ्याच अकल्पितपणे गेले. आठ दहा दिवस आयुष्याला वेग देऊन गेले. मागे उरल्या फक्त चैनी मौजेच्या आठवणी; आणि कमलाकरच्या मोकळ्या दिलदार वृत्तीच्या हकीकती!
रात्री पडल्या पडल्या मी अगदी सहज भारतीला विचारलं, 'परवा पाचाची नोट घेतलीस ना तू?'
कुशीवर वळत भारती म्हणाली, 'नाही बाई.'
'वा, असं कसं होईल? तूच घेतली असशील. कारण मी काहीच खर्च केलेला नाही. तू नीट एकदा आठवण कर. वेळेवर खर्च मांडत नाहीस, मग लक्षात राहात नाही. आता गेल्या आठ-दहा दिवसांचं मी काही म्हणत नाही, फारच धावपळ झाली तुझी. तेव्हाच केव्हातरी खर्च झाले असतील ते पैसे.'

'नाही हो.'

'अग पण काय बिघडलं एवढे खर्च झाले तर?'

'हो, पण खर्च केले तर होणार ना? मी हातही लावला नाही तुमच्या खिशाला.'

भारती सांगत होती पण तिनंच ते केव्हातरी घेतले होते. जास्त वाद न वाढविता मी गप्प बसलो. उगीचच झोपेचं खोबरं घ्या कशाला करून!

मस्तपैकी आठ वाजता उठलो रविवार म्हणून. माझा मीच उठलो मात्र! वास्तविक काही तरी चेष्टामस्करी करीत भारतीनं मला उठवायचं; पण ती गप्प गप्प होती. मीच तिला मग जवळ ओढीत विचारलं.

'भारती, तुला काय झालं? आज रविवार. मस्तपैकी घालवू. तू गप्प का?'

'काही नाही.'

'सांगितलं पाहिजे. काय झालं? कालचं पाच रुपयांचं लक्षात ठेवून विचारलं म्हणून?'

'उं हूं.'

आणि ती उठून गेली. तिनं गुपचुप स्वयंपाक केला. मी जवळपास घुटमळत होतो. तसं मलाही खूप काम होतं. पण भारती गप्प होती म्हणून मला काही सुचत नव्हतं. भारतीच्या वागण्याबोलण्यात अंशाचा जरी फरक झाला तरी मला जाणवतो आणि स्वतःचंच फार काही हरवलं आहे असं वाटतं. पेनवरून तिनं माझी कमलाकरच्या गैरहजेरीत खूप समजूत घातली. मलाही आत्ता वाटलं, पाच रुपयांची बाब ती काय, आपण तिला समजावलं पाहिजे. हसतीबोलती केली पाहिजे. हसतीखेळती बायको, हे केवढं वैभव आहे महाराजा?– कमलाकरच्या मोटारीसारख्या दहा मोटारींची 'शान'ही फिकी पडेल.

मी मग आत गेलो. भारती पाठमोरी उभी होती. तिला मागून विळखा घालीत मी म्हणालो,

'आजची सुट्टी स्पॉइल करणार का?'

–ती गप्प होती.

'पाच रुपयांच्या किंमतीपेक्षा जास्त खेद करू नकोस.'

पण एवढ्यावर भारती हुंदके द्यायला लागली. तिचे दोन्ही हात धरून मी तिला बाहेरच्या खोलीत आणली. पलंगावर बसवून मी म्हणालो,

'माझी पेनवरून तू एवढी समजूत घातलीस आणि आता पाचच्या नोटेसाठी एवढा खेद करतेस?' खूप वेळानं ती म्हणाली.

'मला पैशाचं नाही हो वाईट वाटतं.'

'मग?'

'तुमचं वाईट वाटतं. आपलेच दात, आपलेच...'

'हो, पण पुढं काय?'

'संशय येऊनही तुम्ही बोलू शकला नसाल. तुमची किती कुचंबणा झाली असेल!'

'अग पण का?'

तरी त्याच स्वरात, भारावलेल्या आवाजात, हुंदके आवरीत भारती म्हणाली, 'मला वाटलं होतं... एवढा मोटारवाला झाल्यावर तरी कम्याची ही सवय गेली असेल. कम्याला काय मिळतं असं वागून?...'

बोलण्यासारखं उरलं नव्हतं. भारतीचा हात मी सोडून दिला. खिडकीतून उघड्या आकाशाकडे पाहताना लहानपणचा अभंग आळवून गेला.

'त्याचा येळकोट राहीना, मूळ स्वभाव जाईना!'

♦

बूमरँग

आपल्याला आणखीन एक बायको हवी हा विचार माझ्या मनात जेव्हा अगदी पक्का झाला तेव्हा मी ताबडतोब ललितेला हाक मारली. मला जेव्हा एखाद्या गहन विषयावर चर्चा करायची असते तेव्हा मी अशीच हाक मारतो हे आता ललितेच्या परिचयाचं झालेलं आहे. त्यामुळे हातात कितीही महत्त्वाचं काम असलं तरी ते टाकून ललिता धावत येते व माझ्यासमोर खुर्ची ओढून बसते. आत्ताही ती तशीच येऊन बसली!

'बायका बिनडोक असतात' हा विषय घेऊन आजवर अनेक लेखकांनी पानंच्या पानं भरली, संपादकांकडून विनोदी लेख म्हणून मानधन मिळवलं आणि बायकांकडून, त्यांना नावं ठेवल्याबद्दल शिव्याशाप मिळवले. मला मात्र ही गोष्ट साफ मंजूर नाही. भल्याबुऱ्याचा बायका जेवढा विचार करू शकतात, जेवढी चिकित्सा करू शकतात तेवढी पुरुष करू शकत नाहीत. पुरुष चंचल असतात म्हणून पटकन् एखादी गोष्ट करून टाकतात व नंतर पस्तावतात. (उदा. लग्न!) पण बायकांचं तसं नाही. अर्थात ह्याचा अर्थ लग्न करून मी पस्तावलो असं मात्र मुळीच नाही. कारण बायकांच्या बुद्धिमत्तेवर माझा विश्वास आहे. इतर बायकांचा मला अनुभव नाही, पण ललिता निश्चित माझ्यापेक्षा 'शार्प' आहे. म्हणूनच, प्रत्येकवेळी वाद-विवादात हार खाऊनही, तिलाच प्रत्येक गोष्ट सांगावीशी वाटते.

वास्तविक, दुसऱ्या लग्नाचा, दुसऱ्या बायकोचा प्रश्न माझ्या एकट्याचा, पण त्यातही ललिता मला मार्गदर्शन करील हा माझा विश्वास होता. म्हणूनच मी तिला हाक मारली व तीही तत्परतेनं येऊन बसली.

'काय म्हणताय्?'

'माझा विचार पक्का झाला.'

'कसला?'

'मला आणखीन एक लग्न केलंच पाहिजे. तुझं काय मत आहे?'

काही वेळ विचार करीत ललिता म्हणाली, 'तुम्ही पूर्ण विचार केल्यावरच हे

ठरवलं असणार, तेव्हा मी निराळं काय सांगणार?'
'हो पण, कितीही विचार केला तरी तो एकाच माणसाचा विचार. त्यात एकांगीपणा असणारच की नाही?'
'आधी मला एक सांगा, दुसरं लग्न केव्हा करणार?'
'लवकरात लवकर; त्याखेरीज तुला लवकर आराम कसा मिळणार?– आता आजचंच उदाहरण घे. अंजूला बरं नाही. गड्याची सुट्टी आहे आणि तिकडे रेशनिंगवर चांगला तांदूळ आल्याची बातमी आहे. कुठं कुठं एकाच वेळी बघणार तू?'
'सकाळपासून मी त्याच विचारात पडले आहे.' ललिता काळजीच्या स्वरात म्हणाली.
'आजकाल जगणंच मुष्किल झालंय. धावपळीचं झालंय. एका माणसाची फार ओढाताण होते. म्हणूनच सकाळपासून डोक्यात विचार चाललाय् तो आणखीन एका लग्नाचा.' मी म्हणालो.
माझ्याकडे रोखून पहात ललिता म्हणाली, 'तुम्हाला हे एकाएकी कसं काय सुचलं?'
'काहीतरी उपाय शोधायला हवा हे खूप दिवस मी स्वत:शी म्हणत होतो. मी कधी स्पष्ट तुझ्याजवळ बोलत नाही म्हणून, पण माझ्या डोक्यात घरातला विचार नेहमी चालू असतो. तुझी धावपळ रोजची पहातोय; आणि रोजचा मी त्यावर विचार करतोय. एकदा वाटलं की एखादी बाई ठेवावी स्वैपाकाला.'
'बरं मग?'
'मग काय?– ती ठरावीक वेळात येणार व जाणार. इथं राहायची नाही. म्हणजे मग तिच्या वेळेतच जेवणीखाणी उरकण्याचं बंधन राहायचं.'
'हो बाई, आणि पुन: मी चार-आठ दिवस माहेरी गेले की तिचा उपयोग नाही.'
'का?– ती येत राहिली तर मी घरीच जेवलो असतो.'
'जेवला असतात हो, पण मी घरात नसताना तिनं करून तुम्हाला... वाढायचं' ललिता म्हणाली. तिला मधेच अडवून मी म्हणालो,
'आमची तिच्यावर नजर जायची, लोकांनी कुजबूज करायची असंच ना?– तू म्हणतेस ते खरं आहे. म्हणजे लोकापवाद तो लोकापवाद आणि त्या मानानं जेवढा फायदा खरोखर मिळायला हवा तो नाहीच. त्यापेक्षा सरळ दुसरं लग्न केलं की लोकांचं तोंड गप्प. म्हणूनच स्वैपाकिणीचा विचार मी बाद केला.'
ललिता उत्साहानं म्हणाली, 'अगदी योग्य केलंत. त्या दृष्टीनं स्वैपाकाची बाई नाहीच उपयोगाची आणि पुन्हा असं, बायको माहेरी गेल्यावर अडचण किंवा गरज काय फक्त स्वैपाकाची असते का? घरात काही आहे, नाही बघायचं

असतं, आला-गेला असतो. घर म्हणजे घर आणि गृहिणी म्हणजे गृहिणी!
त्यापेक्षा दुसरं लग्न करणचं चांगलं. कराच तुम्ही दुसरं लग्न. कधी मी मग
माहेरी गेले की मला तुमची चिंता नको–'
'तुला माहेरी गेल्यावर माझी आठवण येते?'
'मलाच काय, प्रत्येक स्त्रीला येते.'
'माझी आठवण?' मी उगीचच आडवळणात शिरलो.
पण ललिता कमी नव्हती. ती म्हणाली,
'तुम्ही स्वत:ला कृष्ण वगैरे समजलात काय?'
'अलबत्.'
'हॅ हॅ. अलबत म्हणे. आणखीन् एक लग्न करायचं तर तुम्हाला माझ्या
सल्ल्याची गरज लागते. कृष्ण जर असा लग्न केलेल्या बायकांचे सल्ले घेत
बसला असता तर, सोळा हजार एकशे आठ सोडाच, पण एकशे आठ लग्नही
झाली नसती त्याची.'
'जाऊ दे ते; आपण मूळ विषयापासून लांब चाललोत.'
ललिता पण पुन: गंभीर झाली व मूळ विषयावर येत म्हणाली, 'फार विचार
करण्यात अर्थ नाही. तुमची योजना मला पटली आहे व तुम्हाला आणखीन्
एका बायकोची गरज आहे ह्याची खात्री पटली आहे.'
'वा वा, निव्वळ मला गरज आहे असं म्हणू नकोस. आपणा दोघांना त्याशिवाय
अंजूलाही आहे.'
'अंजूला कशी?'
'वा, कशी म्हणजे? पुष्कळदा तिला तुझ्याबरोबर माहेरी जाण्याची कंटाळा येतो.
माहेरी कशाला, तू एखाद्या मैत्रिणीकडे जातेस तेव्हा अनेकदा तिला तुझ्याबरोबर
यायचं नसतं. तिनं मग घरी एकटं राहायचं कसं हा नेहमीचा प्रॉब्लेम असतो.
आणखीन एक बायको असली की तिचा प्रश्न नाही का सुटणार? तुला
एकटीला सुटसुटीतपणे कुठेही जाता येईल.' दुसऱ्या बायकोचा हा आणखी
एक घसघशीत फायदा पाहून ललिताचे डोळे आनंदाने विस्फारले.
'मला मग शिवणाचा कोर्स पुरा करता येईल.'
'आणि गाणं देखील!''
'गंमत म्हणून नाटकात एखादं कामदेखील!' ती म्हणाली.
'आणखीन काय म्हणशील ते. बरं हे सर्व निर्वेधपणे. घरात वावरणारी आणखी
एक स्त्री म्हणजे माझी बायको आहे, असं म्हटल्यावर काही धोका नाहीच.
तुझ्या पश्चात ती पण माझ्यावर व्यवस्थित वॉच ठेवील. स्वयंपाकीणबाईनं हे
काम नसतं केलं.' मी म्हणालो. ललिता थोडीशी रागावून म्हणाली,

'वाटाघाटींना तुम्ही हे चांगलं वळण देत नाही आहात. त्यातली सौम्यता अशानं कमी होईल.'

'बरं; बरं; चुकलो. एखादा महत्त्वाचा मुद्दा नजरेआड होऊ नये, एवढाच उद्देश होता. एखादी नवीन गोष्ट घरात आणताना तिचा उपयोग कुटुंबातल्या सगळ्या माणसांना व्हावा, हाच माझा नेहमी दृष्टिकोण असतो. बाकीच्या वस्तूंसारखी ही वस्तू नाही. इतर वस्तू कशा, जर तेवढ्या बऱ्या नाही वाटल्या तर सरळ अक्कलखाती जमा करून माळ्यावर टाकता येतात, पण बायकोचं तसं नाही.'

काही वेळ विचार करीत ललिता म्हणाली, 'तुम्हाला वाटतंय तसं दुसऱ्या बायकोचं व्हायचं नाही. अहो, घरात बारीकसारीक कामं काय कमी असतात का? अनेकदा वाटतं की हाताशी एक हक्काचं माणूस हवं. अंजू हाताशी येण्याइतपत व्हायला अवकाश आहे. आणि तशी जरी ती झाली तरी तिच्यामागं तिची शाळा, अभ्यास, ह्या गोष्टी असणारच. आणि परत, लग्नानंतर ती परक्याची होणारच.'

'म्हणजे जेव्हा आपण दोघं थकलेले असणार. तेव्हा तर आणखीन एका माणसाची गरज घरात फार भासणार.'

–माझा हा मुद्दाही एवढा बिनतोड होता की ललितेनं त्याला एकदम 'दाद' दिली. ललिता अशी तत्परतेने दाद देते म्हणून तिला सगळ्या समस्या सांगायला हुरूप येतो. आवर्जून मी तिला आणखीन काही सांगणार तेवढ्यात पोस्टमननं एक पाकीट टाकलं. आम्ही दोघंही त्याच्याकडे धावलो. पाकीट ललितेनं हस्तगत केलं. फोडून पाहतो तो 'गारंबीचा बापू' नाटकाचे दोन पास. तेच सूत्र पकडून मी म्हणालो, 'पाहिलंस, दोन दिवसांत चार कथा लिहायच्या आहेत. नाटकाला मी कसा येणार?– त्यातच तीन-चार तास जाणार! आता लग्न केलं की हाही प्रश्न मिटेल. तुम्ही दोघी अशा कार्यक्रमांना जात राहाल व मी आरामात घरी लिहीत बसेन. माझ्या ह्या लेखनाच्या व्यापापायी घरी पास येऊनही, मी तुझ्याबरोबर येऊ शकत नाही.'

'हो ना, कितीतरी कार्यक्रम मला तुमच्यामुळे बुडवावे लागले आत्तापर्यंत.'

'आता तसं व्हायचं नाही. तुला अगदी घरची कंपनी मिळत जाईल.' मी समाधानानं म्हणालो. ललिता म्हणाली.

'आणि त्याशिवाय–'

तेवढ्यात दरवाजावर टक् टक् आवाज झाला. एकदम मी वैतागलो. जरा कुठं नवराबायको गंभीर समस्येवर चर्चा करायला बसतात न बसतात तो, त्यांना हे मुंबईकर असा अडथळा आणतात. 'कुणी येण्याचं अडलंय का?' असं म्हणत मी ललितेकडे पाहिलं.

'असेल तुमचा कोणी भक्त! हल्ली तुमच्या रसिकांची संख्या एवढी वाढलीय की माझा पिच्छा पडतो चहापाणी करून करून!'

'थांब थोडी, असिस्टंट येतोय तुला.'

–पुन: टक्‌टक्!

मी दार उघडलं. तो समोर एक अपरिचित गृहस्थ! पण ललिता तेवढ्यात धावली.

त्या गृहस्थानं तिच्या हातात एक पुडकं दिलं.

'परवाचीच ना?'

'परवाचीच.'

'सोडून पाहू?'

'नको बाई, परवाचीच आहेत.'

–एवढ्यात तो गेला.

'हा काय मामला आहे?'

'पातळं.'

'आता आणखीन कसली? परवाच तर दुकानातून आणली.'

'ती बाहेर जायला यायला. ही घरात वापरण्यासाठी.'

'हो, पण ह्या महिन्यात आणखी खूप खर्च होते.'

'ह्याचे पैसे ताबडतोब द्यावे लागत नाहीत. हा प्राणी पैशाला थांबतो आणि पातळं चांगली व स्वस्त असतात.'

'पण उधारीवर–'

'हो.'

'मला उधारी आवडत नाही हे तुला माहीत आहे.'

–मी ठासून म्हणालो. क्षणभर ललिता थबकून म्हणाली,

'तुमचं भाग्य समजा, मी हे सर्व थोडक्यात भागवते ह्यात. उद्या आणखीन एक बायको आली की हीच उधारी दुप्पटीने वाढेल.'

'नो, नो, दुसरी बायको मी माझ्या विचारसरणीची करणार. माझ्याप्रमाणेच तिलाही रोखीचा व्यवहार आवडेल अशीच बायको मी करणार.'

'रोख व्यवहार मला आवडत का नाही? पण तो प्रत्येक वेळी झेपत नाही. नाहीतर परवाच आपण एकदम चार पातळं नसती का घेतली?– आणि आता आणखी एक बायको आली की प्रत्येक वेळी एकदम चार पातळं घ्यावी लागतीलच.'

–ललितेच्या ह्या विधानानं माझ्या डोळ्यांसमोर काही तरी लखकन् चमकल्यासारखं वाटलं. मी अभावितपणे ओरडलो, 'खरंच की!'

पण लगेच मला धीर देत ललिता म्हणाली,

'असे दचकून जाऊ नका. उद्या अंजू मोठी झाली की तुम्हाला चार चार पातळं घ्यावी लागणार आहेतच. तेव्हा काय करणार?'

'हो पण, आणखी एक बायको की हीच संख्या तेव्हा सहावर जाईल.'

'अहो पण, तोवर तुमचा पगार नाही का वाढणार?'

'असा कितीसा वाढेल?'

'समजा, नाही वाढला फार– तरी काळजी कशाला? तोवर तुमच्या गोष्टीचं मानधन तुम्हाला वाढवता येईल'– ललिता मुत्सद्दीपणानं म्हणाली.

'ती काही हुकमी मिळकत समजता येत नाही नवीन नवीन विषय सुचले तर लिहिता येतं.'

'एक लग्न केलंत तर माझ्यावर आत्तापर्यंत सत्तावन्न गोष्टी लिहिल्यात. आणि त्याही थोड्या मोबदल्यात सगळ्या मासिकांना वाटून टाकल्यात. आणखीन एक लग्न केलंत की नवी बायको तुम्हाला अनेक विषय देऊ शकेल. तुम्ही आणखीनं एक लग्न केलंत की संपादक आपण होऊन मानधनाचा आकडा वाढवतील.'

'हे सगळे अंदाजच. त्यात काही अर्थ नाही.' मी वैतागून म्हणालो.

'तुम्ही रागावू नका, निराश होऊ नका आणि दुसऱ्या लग्नाची चांगली कल्पना डोक्यातून काढून टाकू नका!' ललिता हट्टाला पेटून म्हणाली. मी ललितेकडे पाहात राहिलो. माझ्या दुसऱ्या लग्नाची कल्पना तिला मनापासून पटली होती व त्यावाचून आता पर्याय नाही ह्याची खात्री पटली होती. आता संदेह नव्हता. मला पुढं बोलणं सुचेना. मी हा असा सुन्न होऊन बसलो असताना आणखी एक कुणीतरी दारात उभा राहिला. त्याला मी ओळखलं. आमच्या फॅमिली डॉक्टरांचा तो गडी होता. त्यानं आत येऊन एक पाकीट माझ्या हातात ठेवलं. 'हे आणखी काय' असं म्हणत मी पाकीट फोडलं. आतून दुसरं काय निघणार?

–डॉक्टरांचं बिल होतं ते!– त्याच्यावरचा आकडा पाहून मी म्हणालो,

'एवढं बिल?'

ललिता त्यात डोकावत म्हणाली, 'एवढं येणारच होतं. बाळंतपणानंतर महिनाभर मला इंजेक्शन्स चालू होती. आपल्याला आत्ता ह्याचाही विचार करायला हवा.'

'कशाचा?'

'दुसऱ्या बायकोच्या ह्या असल्या खर्चाचा.'

'असल्या म्हणजे?'

'म्हणजे तिचंही बाळंतपण केव्हातरी येणारच की. तुम्ही काय गप्प बसणार

आहात का?'
–इथं तर मी साफ कोलमडलोच. आणखीन एक स्त्री आयुष्यात राजरोस येणार ह्याचा आनंद तर नव्हताच उरला, पण जे नवीन विचार मागे लागले ते विलक्षण पाठपुरावा करायला लागले. पण तेवढ्यात एक आशेचा किरण चमकला. मी उमेदीनं म्हणालो,
'लले, आयडिया. दुसरी बायको नोकरी करणारी करायची! म्हणजे तिचा कोणताच खर्च आपल्यावर पडायचा नाही. नोकरी करणाऱ्या बायकांना बाळंतपणाची चांगली घसघशीत रजा मिळते.'
–पण माझ्या ह्या मुद्द्यावर ललिता शांत होती. मी परत विचारलं, 'कशी काय आयडिया?'
'टाकाऊ आहे.'
'का?–' मी विस्मयानं विचारलं.
'नोकरी करणारी बायको आणलीत तर मला हो काय फायदा?– नऊच्या ठोक्याला जसं तुमचं पान वाढावं लागतं तसंच तिचंही वाढावं लागणार, आणि दिवसभर मग तिचीही मुलं संभाळीत बसावं लागणार. त्याशिवाय तिचे नातेवाईक, ओळखीचे, ह्यांची 'ये-जा' वाढणार. कुतूहलानं तुम्हाला भेटणाऱ्यांची संख्या जास्तच वाढणार तिच्यापायी. म्हणजे व्याप वाढत जाणार आणि माझी दुप्पट धावपळ होणार.'
ललितेनं सादर केलेली ही यादी बिनचूक आणि वास्तव होती. त्याच्यामधे खोड काढायला मात्र जागाच नव्हती, ह्याचाच अर्थ असा होता की, दुसऱ्या बायकोची माझी योजना मुळातच चुकीची होती; पण ललितेला ती कल्पना पटलेली होती.
–मी पुनः पुनः विचार करू लागलो. आणि जसजसा विचार करू लागलो तसतसा गोंधळून जाऊ लागलो. घरात मदत ही हवीच होती.
'मग कसं व्हायचं?' – मी विचारलं.
'मी सांगू?' – ललितेनं प्रश्न केला.
'ऑफ कोर्स.'
'आपण एक पेईंग गेस्ट ठेवू या. नोकरी करणारा, ब्रह्मचारी.'
'बेस्ट आयडिया,' मी म्हणालो.
'खरंच?'
'अगदी खरं, मुंबईत जागेचे एवढे वांधे आहेत की आपण सांगू तेवढे पैसे महिन्याकाठी देऊन कोणीही राहायला येईल. जेवणाचा व राहण्याचा बंदोबस्त आपणच करायचा.'
'पण...' ललिता अडखळली.

'पणबीण काही नाही. त्यात काय अडचण आहे!'

'आहे. सकाळपासून माझ्या डोक्यात ही कल्पना आलेली होती. पैसे पुरत नाहीत एवढ्यासाठीच पेईंग गेस्टची कल्पना मनात येऊन गेली. पण आपली ही अपुरी जागा...'

'करू थोडी अडचण सहन.'

'कसं शक्य आहे? झोपायचं कसं इथपासून अडचणी आहेत. शिवाय तो नवा प्राणी घरी केव्हाही येईल, केव्हाही जाईल. रात्री-अपरात्री पत्ते कुटायला जाईल. नाटक-सिनेमाला जाईल. कितीतरी भानगडी असतात पुरुषांच्या.' ललितेनं अडचणींची यादी सादर केली.

'बरं मग?'

त्यावर तीही गप्प बसली. तेवढ्यात एक कल्पना सुचून मी म्हणालो,

'दे टाळी. आपण आपला कॉलेज स्टुडण्ट ठेवू या. मे महिन्यात व दिवाळीत तो त्याच्या गावाला जात राहील, एरव्ही अभ्यास व कॉलेज राहील.'

'पुन: तेच तुमचं. प्रश्न आहे तुमच्या माझ्या प्रायव्हसीचा.'

'त्याचा काय बाऊ करतेस? आता अंजू आणखी मोठी झाली की प्रायव्हसी मिळणारच नाही आपल्याला, मग कॉलेज स्टुडण्टचा काय त्रास व्हायचाय?'

मीही इरेला पेटून अडचणींवर मात सुचवू लागलो. तरी ललितेच्या चेहऱ्यावरचं प्रश्नचिन्ह कायमच!

'आता काय झालं?'

'अजून काही नाही झालं, पण कॉलेज स्टुडण्ट राहायला आला की व्हायचं काही तरी.'

'काय होणार आहे!'

'तुम्ही कामावर जाणार; आणि तो पुष्कळदा घरात असणार. माझ्याशी गप्पागोष्टी करणार, कॉलेजातल्या गंमती सांगणार. पुन: लोकापवाद आलेच; आणि तुमच्या मनात एकदा शंकासुर निर्माण झाला की तुमचं ऑफिसात लक्ष लागणार नाही, खरं की नाही!'

'मग कसं काय करायचं? काहीतरी करायला हे हवंच आहे. आपल्याला मनुष्यबळ हे हवंच आहे!'

ललिता ठामपणे म्हणाली,

'त्यावर मी विचार केलाय.'

'सांगून टाक ताबडतोब.'

'तुम्हाला दुसऱ्या बायकोची गरज नसून मलाच एका जोडीदाराची गरज आहे.'

'काय?' मी ओरडलो.

शांतपणे ललिता म्हणाली, 'असं ओरडायचं नाही गडे. वाटाघाटींना अनिष्ट वळण लागेल. आणखीन एका पुरुषाचीच गरज जास्त आहे ह्या घरात. परवा तुम्ही दोन महिने आजारी होतात; तेव्हा डॉक्टरकडे जाण्यापासून ते हॉस्पिटलमधे रात्रीचं राहण्यापर्यंतची काम मला करावी लागली. हेच जर मला आणखीन एक नवरा असता तर ही सगळी धावपळ त्यानं केली असती. शिवाय त्याची नोकरी राहिली असती चालू ते निराळाचं. असंच करू या. मीच आणखीन एक लग्न करते. घरात तुमच्या गैरहजेरीत वावरणारा पुरुष माझा नवरा आहे म्हटल्यावर लोकांचा प्रश्न नाही. तुम्ही रात्रीचे आरामात गोष्टी लिहीत बसा; आम्ही नाटकांना जात जाऊ. परतताना मलाही अगदी घरची सोबत होईल...'

ललिता आता दुसरा नवरा असल्याचे फायदे सांगू लागली. पण आता माझ्या कानात दडे बसायला लागले. पुढचं काही ऐकू येईना. पण आता पळता येणार नव्हतं. तेवढ्यात परमेश्वरच हाकेला धावून आला! रस्त्यावरून कोणी तरी मला मोठ्यांदा हाक मारली. तसे मुंबईकर चांगले. नवराबायकोच्या चर्चेत नवऱ्याची हार होऊ लागली की नेमके त्यांची सोडवणूक करायला येतात.

'मी आलो हं' असं म्हणत मी गॅलरीत धावलो. पुन: मी चर्चेला सुरुवात करणार नाही, हे ललितेला माहीत आहे. तीही मिस्किलपणे हसून आत गेली. ललिता 'शार्प' आहे. हे मी प्रथमच सांगितलं. हार पत्करूनही तिच्याशी चर्चा करायला आवडते; पण तरीही हे असे दोन 'स्ट्रेट गेम्स' घेणं ठीक नाही; कारण दुसऱ्या नवऱ्याचे फायदे तिनं मला इतके मुद्देसुदपणे पटवून दिले असते की, मी नकळत तिला 'दुसरं लग्न कर' असं म्हणालोही असतो; कारण ललिता खरोखरच 'शार्प' आहे!

♦

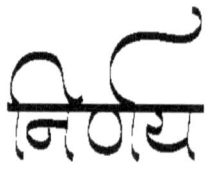

निर्णय

ही वेळ योग्य होती.
या असल्या प्रश्नाचा निकाल लावायचा म्हणजे महत्त्व होतं ते वेळेलाच!
आताची वेळ योग्य होती. निरंजन कोर्टाच्या कामासाठी मुंबईला गेला होता. दिवाणजी बाहेरच्या ओसरीवर आकडेमोड करीत बसले आहेत, स्वयंपाकघर आवरून स्वयंपाकीणबाई ह्या एवढ्यातच घरी गेल्या आहेत. संध्याकाळी चार वाजेपर्यंत त्या आता परतायच्या नाहीत. गोविंदाला दिवाणजींनी पोस्टात पिटाळला आहे. घरात रिकामा आहे तो फक्त नीलकंठ. पण तो त्याच्या खोलीत! दिवाणजींच्या हाताखाली तो हिशोबाचं काम पाहतो. त्याला आज बरं नाही, म्हणून तो निजून आहे. त्याशिवाय माईंच्या खोलीपासून त्याची खोली दूर आहे. मध्ये साठवण्याच्या दोन खोल्या आहेत.
माईंच्या खोलीत बोललेलं त्याला नक्की ऐकू जायचं नाही!
ही वेळ योग्य होती!
ही वास्तविक माईंची विश्रांतीची वेळ. घटकाभर पडण्याची वेळ. त्यानंतर त्यांचं पोथीवाचन सुरू होतं. एकदा त्या वाचायला बसल्या की, थेट दिवेलागणीपर्यंत! त्यानंतर आरती. रात्री फक्त एखादं केळं, कपभर दूध! पुन्हा अंथरूणाला पाठ लागेपर्यंत हातात जपमाळ! तेव्हा विश्रांतीची वेळ ती एवढीच! ऊर्मिलेला वाटलं, माईंना पडून द्यावं शांतपणे!– पण, मग तेवढ्यात तिला मागचे आठ दिवस आठवले. त्या रात्री आठवल्या. मीलनातला आनंद घालवून टाकणारी माईंची ती वाक्ये आठवली. ज्यांनी आपली मन:शांती घालवली, रात्रीची झोप उडवली, सौख्याच्या प्रत्येक क्षणात वेदनांचं कालकूट कालवलं त्या माईंना दुपारची विश्रांती घेण्याचा काय अधिकार होता? माईंसारख्या साध्वी बाईनं आपल्याला जवळ बसवून घेऊन काय ते स्पष्ट सांगावं अशी ऊर्मिलेची साधी अपेक्षा होती. सगळ्या गावात आदर्श बाई म्हणून नावलौकिक मिळवलेल्या बाईनं असं आडपडद्यानं का बोलावं ही समस्या ऊर्मिलेला सुटत नव्हती. ऊर्मिलेच्या हृदयात हलकल्लोळ माजला होता. माई शांत होत्या. ऊर्मिलेला

जेवण जात नव्हतं; माई तृप्त होत्या. ऊर्मिलेची झोप उडाली होती, माई समाधानात होत्या. चोवीस तास हातात जपमाळ बाळगणाऱ्या माईंना ऊर्मिलेचं दु:ख समजू नये?– तिच्या उदास वृत्तीचा विचार करण्याची माईंना इच्छा होऊ नये?– लग्न होताच फुलासारखी टवटवीत फुलणारी मुलगी कोमेजते का?– ह्याचा त्यांना उलगडा का होऊ नये?

–आणि ह्या सर्व प्रकारांना त्या स्वत: जबाबदार असताना? जीवनातल्या अत्युच्च आनंदाच्या क्षणी, आयुष्याचा अर्थ ज्या क्षणी नव्यानं समजणार, विश्वातल्या प्रत्येक आकृतीला निराळा आकार येणार, स्पर्शाचं नवं विश्व ज्या क्षणी जन्माला येणार, स्त्रीत्वाचा गौरव ज्या सुमुहूर्तावर होणार त्या अमृतक्षणी माईंनी सांगावं,

–'लक्षात ठेव मुली, घराण्याला वारस हवाय!–' ऊर्मिला पहिल्याच रात्री ह्या वाक्यानं मोहरली होती. म्हाताऱ्या माणसांचं अधिरं मन, एका मातेची सदिच्छा, ऊर्मिला मनोमन समजली होती. विरक्त आईची ही आसक्ती तिला फार आवडली होती. हातातलं चांदीचं तांब्याभांडं आणखीनच घट्ट पकडीत तिनं जिना चढायला सुरुवात केली होती...

...पण नंतर हे ओळीनं घडायला लागलं. ऊर्मिला आवराआवर करून वर येऊ लागली की माईंनी गडबडीनं येत ऊर्मिलेला जिन्याच्या पहिल्याच पायरीवर अडवत म्हणावं,

'लक्षात ठेव मुली, घराण्याला वारस हवाय.' ह्या सांगण्यामागं नंतर नंतर निव्वळ मनाचा मोकळेपणा नव्हता, तर दुसराच काही गूढ अर्थ आहे असं ऊर्मिलेला वारंवार वाटू लागलं. पण ह्याचा उच्चार तरी कुणाजवळ करणार? निरंजन, तिच्या जीवनाचा साथीदार, त्याची ओळख अजून पटायची होती. साध्या विषयावर तिथं अजून मनमोकळी चर्चा होत नव्हती, तिथं अंत:करणातली व्यथा कशी काय बोलायची?– अगोदरच तो प्रांत नवखा, माणसं अपरिचित. जिथं एरव्हीच संकोच वाटण्यासारखी परिस्थिती तिथं असा काही पेच सुरुवातीलाच निर्माण झाल्यावर ऊर्मिलेपुढं अंधार दाटल्यास काय नवल?–

–पेचच म्हणायला हवा. नाहीतरी सगळी सुबत्ता असताना, निरंजनसारखा राजबिंडा साथीदार असताना माईंनी पहिल्या दिवसापासून का सांगावं, 'लक्षात ठेव मुली, घराण्याला वारस हवाय!' म्हणून? विचार करून करून ऊर्मिला थकली. निरंजन बरोबर असताना स्वत:ला विवंचना नसल्याचं नाटक करून ती कंटाळली. मार्ग नाही म्हणता म्हणता तिला प्रकाश दिसला. आपल्यासमोर प्रश्न टाकून माई सुटू पाहतात हे तिला पटेना. ज्यांनी काहीतरी

समस्या उभी केली त्यांनीच आपल्याला चिंतामुक्त करायला हवं हा विचार ऊर्मिलेच्या मनात आला. तिला हायसं वाटलं. एकदा ह्या निर्णयाला आल्यावर मग मध्ये अडथळे नव्हतेच. दिवस, स्थळ, वेळ सगळ्याची आखणी तयार झाली.

निवडलेली योग्य वेळ आली होती!

केव्हातरी ऊर्मिला आपल्यासमोर येणार ह्याची अटकळ धूर्त माईंनी केलीच होती. मनुष्यस्वभावाची पारख एवढी चोख व अचूक म्हणूनच नवऱ्याच्या मागं त्या एवढा सगळा व्याप संभाळून होत्या. ऊर्मिलेसारख्या मुलीची सून म्हणून निवड करताना टाकलेले डाव वाया गेले नव्हते. तिथंही त्यांचे आडाखे व फासे अचूक पडलेले होते. त्या मुलीला आपण वाकवू शकू ह्याची अटकळ, वधूपरीक्षेच्या वेळी मिळालेल्या उत्तरांवरून त्यांनी बांधली होती; आणि त्यांतूनही अंदाज चुकलाच, तर आपलं सगळं कर्तृत्व पणाला लावल्यावर एवढ्याशा मुलीची काय कथा हा आत्मविश्वास माईंना होताच!

'लक्षात ठेव मुली, घराण्याला वारस हवाय'– अशी प्रेमळ सूचना पहिल्याच रात्री ऊर्मिलेला दिल्यावर माईंनी ऊर्मिलाकडं पाहिलंच नाही. त्या लगबग वृंदावनाजवळ आल्या. ऊर्मिलेकडून आपल्याला हवी असलेली गोष्ट साध्य करून घेताना फार सावधगिरी बाळगायला हवी हे त्यांनी हेरलंच होतं, त्या सावधगिरीची सुरुवात, ऊर्मिलेला नुसतं अस्वस्थ करून सोडायचं एवढीच होती. वास्तविक, ह्यापेक्षा दुसरा एखादा मार्ग सरळ– सोपा ठरला असता. पण पुष्कळदा सरळ आणि सोप्या मार्गावर मांडलेले हिशोब लवकर सुटतात. आणि केव्हा केव्हा नको असलेली उत्तरं स्वीकारावी लागतात. माईंना हे नको होतं. त्यांना उत्तर हवं होतं आणि ते सुद्धा त्यांना हवं ते उत्तर हवं होते! आणि तेवढ्यासाठी त्यांनी आजवर योजलेले उपायच इथं मांडण्याशिवाय गत्यंतर नव्हतं. समोरच्या व्यक्तीला आधी थक्क करायचं, त्याची बुद्धी बधिर करायची आणि मग, ती व्यक्ती अगतिक झाली की, स्वतःला हवे असलेले तिला निर्णय घ्यायला लावायचे!

'लक्षात ठेव मुली, घराण्याला वारस हवाय्'– ह्या वाक्याची, ते वाक्य ऐकवायची वेळ, जागा ह्या सगळ्या योजना तशाच होत्या.

इतकी पूर्वतयारी असल्यावर, ऊर्मिला जेव्हा समोर येऊन उभी राहिली तेव्हा माईंना नवल वाटलं नाही. ऊर्मिलेला वाटलं, आपण अचानक माईंसमोर आलो. पण माई मात्र मनात म्हणाल्या, ''ये बाळ, तू अशी यायचीच होतीस.'' ऊर्मिला खोलीत आली तेव्हा माई जाग्या असलेल्या पाहून तिला नवल वाटलं. माईंचा घटकाभर का होईना, हमखास डोळा लागायचा.

'झोप नाही लागली आज?'
'नाही लागली. जागीच आहे. उठण्याच्याच विचारात होते मी.'
–दोघी मग गप्प राहिल्या. आपण का आलोत हे ऊर्मिलेला माहीत होतं आणि तसंच ते माईंना पण माहीत होतं. पण माईंचा आजवरचा हिशोब पाहता त्या स्वतः सुरुवात करणारच नव्हत्या. अगतिक झालेल्यानं सुरुवात करायची हा माईंचा ठाम संकेत!– शेवटी ऊर्मिलेनं सुरुवात केली. विंवचनेतून मुक्त होण्याची निकड तिलाच होती!
'माई, मला तुमच्याशी बोलायचं आहे.'
'एवढंच ना, बस की मग! त्याला अशी प्रस्तावना कशाला हवी?– घरातली माणसं आपण. बोल, अगदी मोकळेपणी बोल.'
पुन्हा पंचाईत!
ऊर्मिलेनं माईंकडे हळूच पाहिलं. माई निर्विकार होत्या. ऊर्मिला गोंधळली. माणसं एवढी निर्लेप कशी राहू शकतात हेच तिला कळेना. स्वतःच्या सुनेजवळ आपण रोज, वेळ साधून, गर्भितार्थ असलेलं काहीतरी बोलतो ह्याची जाणीव ह्या बाईला नाही असं कसं मानायचं? हे सगळं का चाललंय?– कशासाठी?– सोक्षमोक्ष करून घेण्यासाठी आपण आलोत खऱ्या, पण माई अशीच तारेवरची कसरत करीत बोलणार का?– मोकळेपणी बोललं जावं ह्याची गरज दोन्ही पक्षांना वाटायला हवी, तर त्या वाटाघाटी!– छे, परत फिरावं. पाहावी वाट काही दिवस!– पण नाही. ह्या गोष्टीचा ऊहापोह निरंजनसमोर व्हायला नको!– ते यायच्या आत मला निर्भेळ व्हायचंय. त्यांचं स्वागत मला मनापासून करता आलं पाहिजे, मीलन– खरंखुरं मीलन व्हायला हवं. नाहीतर निरंजन पुन्हा म्हणायचे, 'ऊर्मिला, तू फुलायची तेवढी फुलत नाहीस. माझ्याएवढी धुंदी तुला येत नाही. माझ्याजवळ तू आलीस की, माझ्यात तू हरवायला हवीस'...
'अगं बाळ, बस ना. अशी काय काहीतरी हरवल्यासारखा चेहरा करून उभी आहेस! बस! काय विचारणार होतीस मला?'
–ऊर्मिला बसता बसता म्हणाली,
'आपल्याला माहीत आहे, आपण जाणलं असणार.'
माईंनी एकदम तिच्याकडं पाहिलं. त्यांची नजर पाहून ऊर्मिला सावरून घेत म्हणाली, 'म्हणजे तसा माझा तर्क आहे.'
'माझ्या लक्षात नाही येत काही–' माई संथ आवाजात म्हणाल्या.
असा संथपणा जाणूनबुजून दाखवला म्हणजे बोलणाऱ्याचाच धीर कमी होतो, हेही माईंचं हत्यार होतं. पण ऊर्मिला त्या संथपणाला चमकली नाही. बुजली

नाही. सोक्षमोक्ष लावायचा ह्या विचारानं निघाल्यावर माईंच्या खोलीत येईपर्यंतच काय तो संकोच होता. पण समोरासमोर उभं राहिल्यावर ऊर्मिलेत धैर्य आलं. त्यांच्याइतक्याच संथ आवाजात ती म्हणाली,

'गेले आठ दिवस आपण मला एक वाक्य नियमित ऐकवीत आलात, मला त्याचा अर्थ हवाय्.'

–आपल्या संथ स्वरातल्या हुकमीपणाला ऊर्मिला बुजली नाही आणि आता बुजणारही नाही हे माईंनी तात्काळ हेरलं. आतापर्यंत इतरांच्या बाबतीत घेतलेले पवित्रे इथं उभे राहतील की नाही हे पाहात बसण्यात अर्थ नाही हे माईंनी लगेच ठरवलं. त्याही मग आवरून-सावरून बसल्या. ऊर्मिलेकडे नीट पाहात त्या म्हणाल्या, 'तुझ्यासारख्या शिकल्या सवरल्या मुलीला न कळण्यासारखं काहीच नाही त्यात. त्याचा अर्थ स्पष्ट आहे.'

'हे सांगण्याची पण गरजच काय माई?'

'कारण असल्याशिवायच मी हे रोज बोलले असेन?'

ऊर्मिला घोटाळली. एकदा विषयाला सुरुवात झाल्यावर माई काय ते चटकन् सांगून टाकतील ही तिची अटकळ होती. पण माई प्रश्न-प्रतिप्रश्न करीत राहिल्या. शेवटी ह्याच मार्गानं आपल्याला उत्तर मिळवावं लागणार हे ऊर्मिलेनं जाणलं. असल्या विषयावरची चर्चा लवकर संपायला हवी होती. तेवढ्यासाठी बाजूनं बाजूनं बोलणं उपयोगी नव्हतं. हा सगळा विचार करून ऊर्मिला स्पष्टपणे म्हणाली,

'माझ्यात काही दोष आहे अशी आपली कल्पना आहे का?'

'सूनबाई, मी कल्पनेवर कोणत्याही योजना आखीत नाही. मी भविष्यकाळ स्वत:चा मानला नाही. भूतकाळातल्या कथा अनुभव म्हणून जोपासलेल्या नाहीत. मी फक्त वर्तमानकाळ मानते, आणि त्या वेळी माझे जे विचार असतील तेच पक्के असतात. ह्या घरात तू सून म्हणून आलीस ती मला जेव्हा तू संपूर्ण पटलीस तेव्हाच आलीस.'

'मग तुम्ही असं का सांगत आहात?'

'अजून नाही समजलं?– दोष काय फक्त एकाच व्यक्तीत असतो काय?–

–ऊर्मिला चमकली. तिला आता एकदम सगळ्याचा उलगडा झाला. काही क्षण डोळ्यांसमोर काजवे चमकले. घशाला कोरड पडली. इतका वेळचा धीर संपुष्टात आला. पायात गोळे आले. पण पुन्हा तिला हळूहळू बरं वाटायला लागलं. आणि तेही एकाच आधारावर!– निरंजननं व तिनं जो काही शृंगार केला होता त्याची तिला आठवण झाली. त्या सगळ्या सोहळ्यात कुठही गौणत्व नव्हतं. मनात काही विपरीत भाव प्रगट होण्यासारखी कृती घडलेली

नव्हती. निरंजनच्या व्यक्तिमत्त्वात एवढीही न्यूनता नव्हती. मग हे कसं शक्य आहे? माई म्हणतात त्याला काय आधार आहे? विचारावं का माईंना उघडपणे?– पण नकोच. मग प्रश्नाचं सरळ उत्तर द्यायच्याऐवजी त्या स्वतःचंच कौतुक सांगत बसतील. त्यातून निष्पन्न काहीच होणार नाही, आपल्या समोरची प्रश्नमाला संपणार नाही आणि हा विषय तर असला आहे की लवकर संपलेला बरा! पण छे, ऊर्मिले, तो विषय संपवू म्हटल्यानं संपणार नव्हता. माईंना जेव्हा तो संपला असं वाटेल तेव्हाच तो संपणार होता.

मध्ये वेळ जात होता. प्रत्येक मिनिट बोचणारं होतं. कुठंतरी खोल-खोल नेऊन टाकणारं होतं. ऊर्मिलेला वाटलं, ही गोष्ट साधी नाही. त्या वाक्यात कौतुक नव्हतं. प्रेम नव्हतं. अधिकार होता!– विचार नव्हता तर भयंकर अविचार होता.

–ऊर्मिलेत दोष नव्हता. निरंजनमध्ये काही तरी गौणत्व आहे. स्वतःच्या मुलासंबंधी माईंसारखी आई सांगत होती. ते खोटं म्हणण्याची प्राज्ञा नव्हती. पण मग ते जर खरं असेल तर... तर...

–मग, माईंच ते वाक्य... फारच गूढ, फारच गडद!–

'माई, आपल्या सांगण्याचा अर्थ–'

होय– तरीही तोच आहे.'

'पण–'

'घराण्याला वारस हवाय्.'

'पण माई–'

'मुली, माझ्याकडे नुसत्या समस्या नाहीत. त्यावर उतारे आहेत. माझ्याशी द्वंद्व खेळायला उभी राहू नकोस. कारण तू टिकणार नाहीस. भूतकाळ आठवत बसणारी स्त्री मी नव्हे. पण मी जो टिकाव धरलाय तो जिंकले, जिंकत राहिले, तेव्हाच!'

थोडा वेळ तसाच गेला. ऊर्मिला पुतळ्यासारखी झाली होती. तिच्याकडे रोखून पाहात पण आवाजात मार्दव ठेवून माई म्हणाल्या,

'तुला नीलकंठ माहीत आहेच?'

–समोर कोण आहे त्याचं भान विसरून ऊर्मिला ओरडली, 'माई?....'

–माई तेवढ्याच शांत होत्या. सासू असली तरी काडीइतकी किंमत देण्याचं कारण नाही असा विचार करून ऊर्मिला जाण्यासाठी वळली. पण लगेच थबकली. उत्तरं मिळवायची असली की पाठ फिरवल्यानं ती मिळत नाहीत, परिस्थितीला तोंड देऊन ती मिळवायची असतात, ही वडिलांची शिकवण तिला आठवली. ती परत फिरली. ह्या विचारांनी ऊर्मिला परतली आणि माईंना तो स्वतःचाच प्रभाव वाटला, पण ऊर्मिला परत फिरली ती वाकण्यासाठी नसून.

संधी साधल्यास माईंनाच ऐकवण्यासाठी!
'एवढी बिचकलीस?'– माईंनी विचारलं.
'तुमचा उपाय सामान्य होता का?'
'बेटा, असामान्य समस्या, असामान्य उपायांनी सुटतात.'
'चोवीस तास, रात्रंदिवस जपजाप्य, पोथ्यापुराणं करणाऱ्या बाईंना हा उपाय मिळावा?'
'पोथ्यापुराणांनी ह्यापेक्षा निराळं काय सांगितलं? महाभारत निराळं काय सांगतं?– आणि शेवटी माणूस कशाला भितो?– चार लोकांत गवगवा होईल ह्यालाच ना?– ही गोष्ट फक्त नीलकंठ, तू व मी एवढ्यांतच राहील.'
'म्हणजे हे...'
'त्यालाही नाही.'
'माझ्या पत्नीधर्मात ही गोष्ट....'
'बेटा, पत्नीधर्मापेक्षा मातृधर्म श्रेष्ठ आहे. जाऊ दे. तुला सगळं समजलंय् ह्यापेक्षा चर्चा नको, परत सांगते, घराण्याला वारस हवाय्, एवढं नक्की.'

'माई, तुम्ही हे मला काय सांगताय?'– नीलकंठनं चमकून विचारलं.
'तुला ते बरोबर समजलंय्'– माई शांतपणे म्हणाल्या.
'छे, छे, हे भलतंच काही तरी'– नीलकंठ स्वत:शीच पुटपुटला.
ते माईंनी ऐकलं. नीलकंठाच्या बावरलेल्या चेहऱ्याकडे त्यांनी निरखून, रोखून पाहिलं. माई आपल्याकडे पाहताहेत हे नीलकंठला समजताच तो आणखीनच गडबडला. हे सगळं अकल्पितच होतं. माईसारख्या बाईनं, जिनं आपल्याला अपत्यस्नेहानं वागवलं. निरंजनला व आपल्याला वागवण्यात दुजाभाव दर्शवला नाही त्या माईंनी ह्या असल्या जगावेगळ्या, घृणास्पद कामगिरीसाठी आपली योजना केली ह्याचा नीलकंठला जबरदस्त धक्का बसला होता. आपल्याला असं काही सुचवताना माईंनी विचार कसा काही केला नाही. ह्यावर नीलकंठ वारंवार विचार करू लागला. माई हे सर्व नीट, बारकाईनं पाहात होत्या. नीलकंठला गप्प पाहून त्या म्हणाल्या, 'नीलकंठ, हे असं आहे, लक्षात आलं?'
'आलं, पण आवडलं नाही.'
'शक्य आहे. नेहमी आवडणारी कामच वाटणीला येतात असं नाही. काही कामं कर्तव्य म्हणून करायची असतात.'
नीलकंठचा ताबा सुटला. नकळत चढलेल्या आवाजात तो म्हणाला, 'कर्तव्य? हे असलं आडमार्गाचं कर्तव्य? आणि ते तुम्ही सुचवावं?

तुमच्यासारख्या जपजाप्य करणाऱ्या बाईनं हे सांगावं?–'
'एकंदरीत माझ्या जपजाप्याचा परिणाम इतरांवरच जास्त झालाय् तर?– असो, पण आपला मुद्दा निराळा आहे. कर्तव्यपालन हा विषय आहे. माझा हुकूम मानणं हे नीलकंठ, तुझं कर्तव्य आहे आणि ते तू करशील अशी खात्री मी बऱ्याच वर्षांपासून बाळगली आहे.'
'म्हणजे?' – नीलकंठची अवस्था अतिशय अनुकंपनीय झाली. त्याच्या हातापायाला कंप सुटला. माई तशाच, तेवढ्याच शांत होत्या, त्या म्हणाल्या, 'होय नीलकंठ, खूप वर्षांपासून, तुला पाहिल्यापासून, इथं आल्यापासून.'
–कानावर हात ठेवीत नीलकंठ खेदानं म्हणाला,
'शिव, शिव, हा असला दृष्टिकोण सतत एवढी वर्षे बाळगून तुम्ही मला वाढवलंत?'
'तुझ्या लवकर लक्षात आलं. ठीक ठीक!'
'माई, मला अन्नावर विकत घेऊन तुम्ही आज मला पाप करायला लावणार आहात. परस्त्रीची अभिलाषा धरायला शिकवणार आहात.'
'उतावीळ पोरा, चुकलास, तू ऊर्मिलेची अभिलाषा बाळगायची नाहीस, केवळ कर्तव्य म्हणूनच ही गोष्ट होईल. पोथ्यापुराणं, महाभारत, ह्यांनी ह्याच मार्गाचा अवलंब सांगितला आहे. सूनबाईला दिवस राहिल्याची खात्री होताच तुला हे घर, हे गाव सोडून जावं लागेल. इथं तू जेवढ्या वैभवात इतमामात राहिलास तेवढीच व्यवस्था तुझी दिवणजींनी दुसऱ्या गावी केली आहे. बिलासपूरला आपली शेतीवाडी आहे, तिथं तुझी व्यवस्था होईल.'
'माई, पण का हे सगळं?'
'कारण घराण्याला वारस हवाय्. आपली ही एवढी शेतीवाडी, एवढं गडगंज वैभव आपल्या घराण्याची परंपरा, दबदबा पिढ्यान् पिढ्या चालवायचा म्हणून!– वयाच्या दहाव्या वर्षी घोड्यावरून पडून निरंजनला जबरदस्त अपघात झाला. तो मरता मरता वाचला. तो वाचला पण व्यंग राहिलं. हे त्यालाही माहीत नाही फक्त मला माहीत आहे आणि आता तुला समजतंय.'
'म्हणजे गेली आठ-दहा वर्षे तुम्ही माझ्याकडे ह्या नजरेनं, ह्या उद्देशानं पाहात आलात?'
'इलाज नव्हता. आलं लक्षात?– ऐक. घराण्याला वारस हवाय्!'– माईंनी विषय संपवला.
–हातात डोकं गच्च पकडीत नीलकंठ बाहेर पडला.
चार दिवस नीलकंठचं डोकं ठिकाणावर नव्हतं. मन:स्थिती थाऱ्यावर नव्हती. तो नीट जेवला नव्हता, की व्यवस्थित रात्रीचा झोपूही शकला नव्हता. गेले अनेक

दिवस, अनेक वर्षे, एका कुटिल हेतूपायी आपण राबवलो गेलो हे त्याला विसरता येत नव्हतं, बाहेर बस्तान बसल्याखेरीज इथून बाहेर पडणं सोपं नाही ह्याचाही त्याला उलगडा झाला होता.

असाच विचार करीत विषण्णपणे तो पडलेला असतानाच अचानक ऊर्मिला खोलीत आली आणि थेट त्याच्या पायाजवळ पलंगावर बसली. नीलकंठ ताडकन् उठून बसला.

'का?– उठलातसे?'– ऊर्मिलेनं विचारलं.

नीलकंठ कावऱ्याबावऱ्या मन:स्थितीतच दरवाजापर्यंत गेला. त्याने बाहेर डोकावून पाहिलं. परत खोलीत येत तो म्हणाला,

'वहिनी, इथं का आलात तुम्ही?'

'तुम्ही एकटेच होतात, तुम्हाला सोबत म्हणून आले.'

'मला सोबतीची गरज आहे म्हणून कुणी सांगितलं?'

'माईंनी.'

'वहिनी...'

'भाऊजी, मी गुलाम आहे ह्या घरची. फक्त हुकूम ऐकायचा.'

'असं कसं म्हणता? तुम्ही गृहलक्ष्मी...'

'असं म्हणायचं असतं. पण खरी मी गुलामच.'

खेदानं नीलकंठ म्हणाला, 'खरा गुलाम मी. एवढी वर्षे त्यांच्या अन्नावर जगलो...'

'म्हणूनच दोन गुलामांचं मीलन व्हायला काहीच हरकत नाही.'

'वहिनी...'

'काय अशक्य आहे? घराण्याला वारस हवाय.'

'वहिनी, ही तुमची वाक्यं नाहीत. हे तुमचे विचार नाहीत.'

'ह्या घरात फक्त माईंनाच विचार आहेत. त्यांचेच विचार ऐकायचे आहेत.'

'ते मी ऐकलेत. मला नकोत ते विचार. वहिनी, मला तुमचे विचार ऐकवा. मला तुमचं काही सांगा.' नीलकंठ आवेगानं, काहीशा नैराश्यानं म्हणाला.

'भाऊजी, माझेही तेच विचार असले तर?' – एवढा प्रश्न करून नीलकंठासमोरून ऊर्मिला एकदम निघून गेली. नीलकंठ पाहात राहिला.

त्यानंतर नीलकंठची अवस्था पिसाळल्यासारखी झाली. माईंनी भलतीच दृष्टी भरवून दिली होती. स्वत:ची सद्सद्विवेकबुद्धी जागृत असलेला नीलकंठ तसा गडबडला नसता. पण ऊर्मिला त्याच्यापाशी जे काही बोलून गेली त्याचा त्याला उलगडा झाला नाही. तिला काय म्हणायचं होतं, ती का आली होती, तसं का

बोलली होती, ह्याचा त्याला पत्ता लागला नव्हता. त्याचं मस्तक विचार करून करून चक्रावून गेलं होतं.

ऊर्मिलेचे विचार त्याला समजले नाहीत, पण तिचं लावण्य त्याला आता वैशिष्ट्यानं जाणवू लागलं. ज्या सौंदर्याचा त्यानं तसा विचार केला नव्हता तसा विचार आता सुरू झाला. तिच्या घरातल्या हालचाली न्याहाळण्याचा त्याला नकळत छंद लागला. नको त्या ठिकाणी ठिणगी पडली होती. नको त्या व्यक्तीबद्दल चेतावणी मिळाली होती. कारण नसताना पौरुषाला जाग आणण्यात आली होती. अत्याचाराला स्वैराचाराला राजमान्यता मिळण्याची परिस्थिती निर्माण झाली होती.

आणि मग नीलकंठला वाटायला लागलं.

'काय गैर आहे?– कर्तव्य तर कर्तव्य!'

भीती होती फक्त ऊर्मिलेची!

–पण नाही. दान पडायला लागलं. फासे न टाकताही डाव हातातला वाटू लागला. नीलकंठ आपल्याला न्याहाळतो ह्याचं ऊर्मिलेला काही वाटेनासं झालं. तिच्या मूक संमतीनं नीलकंठ हलका होऊ लागला. सुरुवातीचा संकोच कमी होऊ लागला. 'आपण हे पाप करत आहोत' अशी भेडसावणारी भीती, भीड चेपली जाऊ लागली. माईंच्या योजकतेबद्दल नीलकंठ त्यांना धन्यवाद देऊ लागला. पूर्वी अधूनमधून निरंजन गावाहून आल्यावर जो चोरटेपणा– अपराधीपणा– नीलकंठला वाटत असे तो आता वाटेनासा झाला. त्याचं कामावरून लक्ष उडालं. चोवीस तास तो ऊर्मिलेच्या अवतीभोवती राहू लागला. ऊर्मिलेचे व नीलकंठचे हास्यविनोद ऐकताना माईंची दुपारची झोप व मन:स्वास्थ्य दोन्ही उडायला लागलं. आणि मग ह्याच पण संथ, निश्चित व गानं, टप्प्यानं, परिस्थिती हातातूनच निसटल्याची जाणीव माईंना झाली. त्यावर उपाय त्यांना आठवेना, सुचेना. त्या विचार करून शिणल्या. त्यांच्या पोथ्यापुराणांत ह्यावर उपाय सापडणार नव्हता. अहोरात्र माळेचे मणी ओढून शांती मिळणार नव्हती; आणि कुणाचा सल्ला विचारण्याची सोय नव्हती. ऊर्मिला व नीलकंठ ह्यासंबंधी आधीच वाड्यात जी चर्चा, हलक्या आवाजात चालली होती, त्याला माईंच्या ह्या सल्ला विचारण्यानं पुष्टी मिळाली असती!– त्या दोन व्यक्तींना माईंनीच नको त्या परिस्थितीत लोटलं होतं आणि आता त्या त्यांना बाहेर काढायला असमर्थ होत्या. ती परिस्थिती आता त्यांनाच गिळू पाहात होती. माईंनी निर्माण केलेला हा भस्मासुर आता त्यांच्याच डोक्यावर हात ठेवायला निघाला होता!

–माई पहिल्यांदा ह्या आघातानं अगतिक झाल्या. पराभव न पाहिलेल्या माईंना

हा पराभव पचवणं कठीण जाणार होतं. परिस्थितीला काबूत ठेवणाऱ्या माई आता परिस्थितीच्या अधीन झाल्या.

–आणि ह्याला कारणीभूत होती ती काल परवा घरात आलेली पोर! ह्या कानाचं त्या कानाला कळू न देता गोष्टी उरकायच्या तर चालली ही हास्यविनोदाचे डांगोरे पिटीत!

तिलाच खडसावली पाहिजे.

'सूनबाई, हे काय आरंभलं आहेस?'– नेहमीच्या शांत स्वरात माईंनी विचारलं. त्या स्वराचा पूर्ण परिचय झालेली ऊर्मिला तेवढ्याच शांतपणे म्हणाली,

'कशाबद्दल विचारताय?'–

'तुला ते समजलंय, पण हवं असलं तर सांगते. सध्या नीलकंठ व तू ह्यांनी काय चालवलं आहे?'

'आज्ञापालन, कर्तव्यपालन.'– ऊर्मिला वजन ठेवून बोलली.

'हा चावटपणा थांबायला हवा.'

'घराण्याला वारस?'– ऊर्मिला समजून म्हणाली. माईंचा ताबा सुटला, पण तो व्यक्त करणं त्यांना कमीपणाचं वाटलं. त्या संयमन करीत म्हणाल्या,

'तो हवाच आहे.'

'वारस मिळेल माई, पण तो आमची मनं जुळल्यावर!'– ऊर्मिला रोखठोकपणे म्हणाली.

'तसं होता कामा नाही.'

–माईंच्या तोंडून हे वाक्य येताच ऊर्मिला उफाळून म्हणाली, 'माई, तुमचा मान ठेवणं मला आता अशक्य आहे. तुम्हाला वारस हवाय ना? मी तो देणार आहे. पण तुम्ही सुचवलेल्या मार्गानं नाही! मी तुमचं ऐकणार आहे व ऐकलं आहेही. नीलकंठ व मी जेव्हा विचारानं, मनानं एक होऊ तेव्हाच ते होईल आणि मला माहीत आहे की, तुम्हाला नेमकं तेवढंच नकोय. स्वैराचार करूनही तुम्हाला पत हवी आहे. रात्री विलासिनी होऊन सकाळी संन्यासिनीचं व्रत घ्यावं अशी आपली इच्छा! पण तसं होणार नाही सासूबाई, आधी मनं एक होतात आणि मग शरीराचा व्यवहार व्हावा लागतो. मन, भावना ह्यांचा विचार न करता जिथं शरीरं जवळ येतात तिथं व्यभिचार होतो, वेश्याव्यवसाय होतो. आणि मला वाटतं, जे घराणं एवढं मोठं आहे, ज्याची परंपरा टिकायला हवी, तिथं वारसा चालवणारा पुत्र, अशा व्यभिचारातून जन्माला येऊ नये.'

'सूनबाई...'

'मला सूनबाई म्हणू नका. मी चालले ह्या घरातून, मला तुमची लाज वाटते. जपजाप्य, पोथ्यापुराणं ह्यात आयुष्य घालवून, सासूबाई परंपरा, वारसा कशाचा

चालवायचा असतो हेच तुम्हांला कळलं नाही. वारसा चालवायचा पावित्र्याचा, वारसा चालवायचा तेजाचा, घराण्यातला विद्वत्तेचा. वाटेल त्या मार्गाने संतती प्राप्त करून घेण्यापेक्षा निर्वंश झालेला परवडला. मला हे पटणार नाही. तुमच्या घराण्याच्या संस्कृतीत असले मार्ग बसत असतील. माझ्या घरात, माझ्या संस्कृतीत हे होत नाही. मी निघाले आता. तुम्ही माझा अपमान केला आहात. तुमच्या विचाराशी जुळेल अशी सून तुम्ही करवून घ्या. नीलकंठशी मी नाटक केलं. त्याला फसवावं लागलं तेवढ्यासाठी. पण माझ्यासमोर दुसरा पर्याय नव्हता.'

–एका दमात एवढं बोलून ऊर्मिला बाहेर जाण्यासाठी दरवाज्याकडे निघाली, तेवढ्यात नीलकंठ आत आला. ऊर्मिलेकडे न बघता तो माईंना खाली वाकून नमस्कार करून म्हणाला,

'माई, मी निघालो.'

'कुठं चाललात भाऊजी?'– मधेच ऊर्मिलेनं विचारलं.

'वाटेल तिकडे, जशी वाट फुटेल तिकडे. आज मला फार मोठा धडा मिळाला. माझ्यासारख्या गरीब, क्षुद्र माणसानं फार मोठ्या वर्तुळात राहू नये. मोठ्या घराचे, मोठ्या लोकांचे आडाखे, हिशेब फार निराळे असतात. माझ्यासारख्या कीटकानं ते जाणून घेण्याच्या प्रयत्न करणं म्हणजे चिरडून जाणं!– मी मरणाला भितो असं नाही. पण वाटतं जीवन परावलंबी होऊन जगलो. मरण तरी स्वतंत्र असताना येऊ दे.' एवढंच बोलून माईंना व ऊर्मिलेला वाकून नमस्कार करून नीलकंठ त्वेषानं बाहेर पडला.

♦

पहार

गॅलरीत बसल्या बसल्या अनेक गोष्टी दिसतात. वेळ कसा हां हां म्हणता जातो. पण मीच त्या सगळ्याला कंटाळलोय. नाहीतर काय हो? तेच तेच दृश्य माणूस किती काळ बघत राहील. तो गजबजलेला रस्ता, एकमेकांशी सुतराम् संबंध नसलेली ती दुकानं, एक वाण्याचं, एक घड्याळाचं, एक स्टोअर्स, एक बाटाचं तर मधेच एक उपरं हॉटेल! त्याच्या बाजूला चिंचोळा बोळ आणि त्याला लागून म्युनिसिपालिटीची गार्डन! गार्डन तशी एवढीशीच आहे, पण बरी ठेवलीय्. संध्याकाळी त्या एवढ्याशा बागेच्या तुकड्यावर 'ही' गर्दी होते! लोकांना तरी बरी रोज एवढी 'एनर्जी येते! सार्वजनिक बागा, ही एक जाऊन बसण्याची जागा होऊ शकते ही कल्पनाच मला काहीतरी वाटते. आणि लोक नुसतेच नाही जात, तर वर काही तरी विकत घेऊन चघळत बसतात.
अगदी रोज हं!
त्यांना कंटाळा कसा नाहीच. बागेत जाण्याचाही नाही आणि काहीतरी चघळण्याचाही नाही. आता तुम्ही बघा हं, मला ह्या जागेत राहायला येऊन, मागच्या नारळीपौर्णिमेला पंधरा वर्षे झाली! म्हणजे ही दुकानं, तो रस्ता, तो चिंचोळा बोळ, ती बाग आणि त्यात बसणारी व चघळणारी माणसं– मी गेली तब्बल १५ वर्षं पाहात आलोय्. ह्या बागेत अनेक पोरांची ढोपरं-कोपरं फुटलेली मी पाहिली. अनेकांची प्रेमप्रकरणं रंगून त्यांचे संसारही उभे राहिलेले पाहिले. (आता ती जोडपीही पोरांसकट चघळायला येतात.) त्या भेळवाल्यानं तर म्हणे, भेळपुरीवर बिल्डिंग बांधल्याचं समजलं. आमच्या सौ.कडून समजलेली बातमी! लक्षात घ्या, म्हणजे 'सोर्स ऑफ इन्फर्मेशन!' आमची सौ.
तिच्या बातम्या आणि तपशिलासकट पुरवलेली माहिती ह्यात चूक व्हायची नाही. व्यासंग काय काल-आजचा आहे?– मुळीच नाही. गेल्या दोन तपांची तपश्चर्या आहे. आता हेच पाहा ना! समोरचा रूक्ष वाणी, ज्याचं नावही मला माहीत नाही– पण त्याला दोन बायका आहेत, आणि त्यातल्या एकीला नुकतेच दिवस गेलेत हे सौ.नं ह्या जागेत राहायला आल्याबरोबर अवघ्या तीन दिवसांत

सांगितलं होते. घड्याळाचा दुकानदार, त्याला सावत्रभावाचा त्रास आहे, जनरल स्टोअर्सवाला लवकरच दुकान विकणार आहे, बाटाचा दुकानदार, त्याला दम्याचा त्रास आहे. ह्या सर्व बातम्या सौ.नं महिन्याच्या आत मिळविल्या होत्या. त्याशिवाय बागेत नियमित येणाऱ्या लोकांच्या तर कैक गोष्टी ती मला सांगते. त्या सर्व गोष्टी नाकारण्याची खुद्द त्या त्या लोकांची देखील छाती व्हायची नाही. माणसाची नजर अशी शोधक हवी! त्यामुळे काय होतं, तेच तेच दृश्य, त्याच त्याच माणसांच्या त्याच त्याच हालचाली पाहण्याचा कंटाळा येत नाही.
समोरच्या दृश्याला मी केव्हाच कंटाळलो होतो व अजूनही कंटाळलेलो आहे. पण आमची सौ. नित्य नव्या हुरूपानं– नव्या जाणिवेनं हे सगळं पाहात आलेली आहे. तेवढ्याच उमेदीनं कर्तव्यबुद्धीनं ह्या सर्व गोष्टी ती मला सांगते. तरी माझ्या मनात माणसं व त्यांची 'बॅकग्राउंड' ह्याची गल्लत होते. त्यामुळे बाटाच्या दुकानदाराचा दम्याचा त्रास मी घड्याळजीला दिला होता, तर ब्रह्मचारी हॉटेलवाल्याला परस्पर वाण्याच्या दोन्ही बायका बहाल केल्या होत्या.
चिंचोळ्या बोळात राहणाऱ्या त्या जुळ्या बहिणींत तर माझा अजून गोंधळ होतो. दोन्ही मराठ्यांच्या आहेत. जुळ्या म्हटल्यावर दोन्ही मराठ्यांच्या आहेत हे निराळं सांगण्याची गरज नाही म्हणा. पण मनाचा गोंधळ म्हणतात तो झालाच! त्या बहिणींत मी हमखास गोंधळ करतो. खरं म्हणजे त्यातील मंजुळा कोणती, आणखी रखमा कोणती हे सांगताना त्यांच्या आईवडिलांचाही केव्हा केव्हा गोंधळ होत असेल. किंबहुना आपण स्वतः मंजुळा का रखमा हेदेखील जिचं तिला केव्हा केव्हा समजत नसेल. पण आमची सौ. तिसऱ्या मजल्यावरून अचूक सांगते– ही रखमा व तिच्या पलीकडची मंजुळा!
एकदा मी असाच वेळ जाईना म्हणून गॅलरीत येऊन उभा राहिलो. तेवढ्यात सौ. शेजारी येऊन उभी राहिली. अशा तऱ्हेनं ती उभी राहिली की, समजावं 'इन्फर्मेशन ब्यूरो'कडे नवीन बातमी आहे. माझ्या अंदाजाप्रमाणे सौ. म्हणालीच,
'तो काळ्या गंजिफ्रॉकमधला माणूस पाहिलात का?'
'कोणता?'
'तो तो बागेच्या फाटकाजवळ उभा आहे तो.'
'बरं पाहिला. त्याचं काय?'
'तो मेकॅनिक आहे.'
ह्या विधानात इतका जोर होता की, 'कशावरून?' हा प्रश्न विचारण्याची माझी टाप नव्हती. सौ.ला त्याची आवश्यकताही नव्हती.
'ती मोटारसायकल आहे ना, त्याचीच ती.'
'असं?'

'हो ना.'

मग दोघंही गप्प राहिलो. काळ्या गंजिफ्रॉकवाल्या माणसाकडे मी पाहात राहिलो. खिशातला रुमाल काढून त्याने मधेच गळ्याभोवती गुंडाळला. खिशातून सिगारेटचं पाकीट काढलं. मग पानवाल्याजवळ गेला. तिथं ठेवलेल्या चिमणीवर त्यानं सिगारेट शिलगावली. तेवढ्यात गणू त्याच्याजवळ जाऊन उभा राहिला.

'आपला गडी पाहिलास? गण्या– त्याच्याजवळ उभा आहे.' मी म्हटलं.

'हत्तीच्या, तो गण्याचा दोस्त आहे. पुष्कळदा गण्याला मागं बसवून नेतो. तुम्ही नाही पाहिलंत?'

'छे. छे.' मी प्रामाणिक कबुली दिली.

'तुमचं लक्ष नसतंच कुठं!' सौ.नं धिक्कार केला. जणू गण्याला तो गंजिफ्रॉकवाला फिरवितो– ही बातमी न समजल्यानं माझं अपरिमित नुकसान झालं होतं.

'गणूकडूनच समजलं– तो मेकॅनिक आहे म्हणून. त्याचं नाव जॉन. वरळीला वर्कशॉप आहे त्याचं.'

'मग त्याचं इथं काय आहे?' मी मुद्दाम विचारलं. पण माझी ती प्रामाणिक शंका असावी असं समजून सौ. म्हणाली,

'म्हणजे तुम्हाला माहीतच नाही का?'

'नाही.'

'ती मंजुळा आणि रखमा आहे ना, त्यांच्याकडे येतो तो.'

'दोघींकडे.'

'हो.'

'हां म्हणजे आलं लक्षात. त्यालाही पत्ता लागत नसेल, रखमा कोणती आणि मंजुळा कोणती ते. आणि विलक्षण साम्य आहे ह्याचा फायदा दोघीही एक 'खातं' चालवीत असतील. असंच ना?'

'तुम्ही किनई अगदी असे आहात? म्हणूनच तुम्हाला मी काही सांगत नाही.'

'ओ सॉरी, असं करू नकोस. तू जर असं केलंस तर माझं जनरल नॉलेज कसं वाढायचं? सांग, सांग!'

बराच वेळ मनधरणी करून घेतल्यावर सौ. म्हणाली,

'त्या दोघी हाच व्यवसाय करतात.'

'असं?– मग कधी बोलली नाहीस ते?'

'मुद्दाम नाही सांगितलं.'

'मी पण जाईन म्हणून की काय?'

'बोललात परत काही तरी. मी नाहीच सांगत काही.'
'प्लीज, प्लीज, पुन्हा नाही. बोल–'
'बरेच दिवस झालेत. ह्या दुकानाच्या मागे एक पत्र्याची शेड आहे.'
'ती पाहिलीय. पण नेहमी बंद असते.'
'दिवसा. रात्री उघडी असते. दोघीजणी लोळत पडलेल्या असतात आणि मग रात्रभर धिंगाणा चालतो. गणू खूप गंमती सांगतो.'
एवढ्यात जॉन आणि गणू, दोघंजणं मोटार सायकवरून कुठेतरी निघून गेले. घरातून दूध ऊतू गेल्याचा वास आला म्हणून सौ. घरात पळाली. तो विषय मग तेवढ्यावरच राहिला.
मध्यमवर्गीयांच्या वस्तीत राजरोसपणे, तेही अगदी आपल्याच घरासमोर असे प्रकार चालले असतील ह्याची मला कल्पना नव्हती. पण तशी कल्पना आल्यावर काहीतरी निराळच वाटायला लागलं. त्या चिंचोळ्या बोळाला, सदा बंद असणाऱ्या पत्र्याच्या शेडला, आणि मंजुळा कोणती व रखमा कोणती हे जरी समजत नव्हतं तरी त्या दोघींना आता फार निराळा अर्थ आला होता. त्या दोघींच्यात तसं काही आहे हे पाहाण्यासाठी नजर उगीचच तीक्ष्ण व्हायला लागली. दिसतील तिथं त्या दोघींना न्याहाळण्याचा छंद जडला. रस्ता तोच होता, गर्दीही तीच; दुकान तीच, बाग तीच, बसायला व चघळायला येणारी गर्दी तीच व नेहमीचा बघणाराही मीच, पण बायकोच्या काही माहितीनं नजर बदलली होती. बागेत येणाऱ्या माणसांना ही गोष्ट माहीत असेल का, बागेत येण्याच्या निमित्तानं पुरुष ती पत्र्याची शेड तर बघायला येत नाहीत ना, असले काय वाटेल ते विचार मनात यायला लागले. एखाद्या गोष्टीचा काही विशिष्ट अर्थ आपल्या मनात असला की इतर सगळीजणं त्याच अर्थानं त्या गोष्टीकडे पाहात आहेत की काय असली शंका यायला लागते. मंजुळा व रखमा ह्या दोघींकडे प्रत्येकजण त्याच अर्थानं पाहतोय असं मला वाटायला लागलं. मला एरव्ही वाटायचं की, धंदेवाल्या बायका म्हणजे काही निराळीच जात असणार. पण मंजुळा व रखमा इतर बायकांसारख्याच दिसायच्या, तसं त्यांच्यात निराळं काहीच नव्हतं.
गुण नजरेचाच खरा!
रखमा व मंजुळा ह्यांचं कार्यक्षेत्र दिवसेंदिवस विस्तृत व्हायला लागलं. आता तिथं एक अड्डाच बसायला लागला. जॉन हा त्या अड्ड्याचा नायक झाला. अनभिषिक्त! अंधार पडल्यावर वर्दळ वाढायला लागली. रात्रीचे बारा-बारा वाजेतो बागेतून माणसं हालेनाशी झाली. ती बाग, तिच्या सभोवतालचा कट्टा हा आता वेटिंग हॉलसारखा वापरायला सुरुवात झाली. माणसं हलक्या दर्जाची असायची.

ती मोठमोठ्या आवाजात बोलायची. हळूहळू रात्री बाराबारा वाजल्याशिवाय वातावरणात शांतता येईनाशी झाली. झोप उडून जावी एवढा गोंधळ व्हायला लागला.

शेवटी आम्ही सर्वांनी मिळून सुमारे पन्नास सह्यांचे पत्र पोलिस कमिशनरकडे पाठवले. पहिल्या पत्राला कुणीही दाद दिली नाही. मग आठ-आठ दिवसांच्या अंतरानं आणखीन दोन पत्रं पाठविली. कदाचित् त्याचीही दखल घेतली गेली नसती. पण एकदा रात्री दहाच्या पुढे, कशावरून तरी खुसपट निघालं आणि जोराची मारामारी झाली. तो सुयोग माझ्या नशिबी नव्हता, कधी नव्हत मी त्या दिवशी सिनेमाला गेलो होतो. अर्थात् म्हणूनच आमच्या 'इन्फर्मेशन ब्यूरो' ला दुसऱ्या दिवशी एक माझ्यासारखा सहनशील श्रोता मिळाला. तिच्या सांगण्यामध्ये एवढा आवेश होता की, त्यापुढे प्रत्यक्ष मारामारीचा रंग फिक्काच ठरावा. वानगीदाखल सौ.नं मला दोन-चार गुद्दे लगावले नाहीत एवढंच!

त्यानंतर मात्र दुसऱ्या दिवशी रात्रीचा एका पोलिसाचा तळ समोरच्या बागेत पडला. त्यानंतर अवघ्या पावणेदोन दिवसांत सौ.नं बातमी दिली.

'मोहिते आता रोज रात्री येणार.'

'कोण मोहिते?'

'इश्य, कोण मोहिते काय? तो समोरचा पोलिस रात्रपाळीचा. १५५८ बक्कल नंबर.' सौ.नं आणखीनच तपशील पुरवला.

'बातमी रॉयटरची का?' मी मुद्दाम विचारलं.

'हो. हो. रॉयटरची.' सौ. जरा घुश्श्यात म्हणाली. मी गणूला रॉयटर म्हणतो, हे तिला माहीत आहे. गणू उर्फ रॉयटर हा वास्तविक एक स्वतंत्र संशोधनाचा विषय आहे. हा गणू म्हणजे शास्त्रज्ञात आईन्स्टीन, तत्त्ववेत्त्यांत कृष्णमूर्ती आणि राजकारणात चर्चिल (हातातल्या सिगारसकट) आणि सबकुछ आहे. ज्या विषयात तो बोलू शकणार नाही असा विषयच नाही. एकाच वेळेला तो उत्कृष्ट ड्रायव्हर, उत्कृष्ट कारपेंटर किंवा उत्कृष्ट कोणीही झाला असता. आवाज म्हणजे लाऊडस्पीकर, डोळ्यात बॅटरी (म्हणजे चकणा) आणि डोक्यावरून काहीही घसरून पडावं असं मुलायम टक्कल. सौ.चा हा बातम्या पुरविणारा उजवा हात. अल्पावधीतच मोहिते, बक्कल नंबर १५५८ ह्यावर मी त्याचा अख्खा वंशवृक्ष लिहू शकेन एवढी मला त्याची माहिती मिळाली.

मोहितेच्या आगमनानं रखमा-मंजुळा ह्यांच्या हालचालीवर चांगलंच नियंत्रण पडलं, ह्याचा अर्थ त्यांचा व्यवसाय थांबला असं नाही. पण त्या व्यवसायाला जरा शिस्त आली.

मधे काही दिवस गेले. कसं शांत शांत वाटत होतं. आमच्या सौ.ला काही

बातम्या मिळवून द्याव्यात असं 'पब्लिकला' वाटत नव्हतं. सौ.चा स्टाफही जरा मोकळा होता. रॉयटरनं गेल्या काही दिवसांत 'सनसनाटी' असं काही मिळवलं नव्हतं. स्टाफचे इतर मेंबर्स, आठ वर्षांची बीना, बारा तेरा वर्षाचा श्रीराम (वर्ग चौथा, तुकडी ड, क्रमांक १४) त्याशिवाय सौ.चे चार भाऊ इ. कडून काहीही समजलं नव्हतं.

पण नाही. एके दिवशी बातमी मिळाली. त्या दोन जुळ्या बहिणींमधली एकजण पळून गेली. मी सौ.ला विचारलं.

'काय ग, रखमा गेली की मंजुळा?'

विनाविलंब सौ. म्हणाली, 'मंजुळा.'

'नक्की.'

'अगदी नक्की.'

'का पळाली पण?'

'तिला तो पोलिसचा पहारा सहन होईना. तिच्या अनिर्बंध वृत्तीला त्या पोलिसचं दडपण केवढं होतं. मग काय करील बिचारी? गेली पळून!'

'कुणाबरोबर गेली पण? जॉनबरोबर का?' मी विचारलं.

'छे. छे. जॉनबरोबर कशी जाईल?'

'का?'

'अहो. असं काय करता? जॉन तुरुंगात नाही का गेला?'

'हो का? कधी?'

'इश्श्य, कधी काय? आजच तीन वार झाले. मारामारी झाली तेव्हा जॉनलाच तर नेलं धरून.'

'आय सी ऽ ऽ ऽ!' सौ.च्या व्यासंगानं दिङ्मूढ होत मी म्हणालो.

आमची रात्रीची जेवणं आटोपली होती. सौ. पलंगावर आरामात वाचत पडली होती. मी वाऱ्यावर गॅलरीत उभा होतो. एवढ्यात त्या बोळातून रखमा बाहेर आली. बागेच्या कट्ट्यावर बसलेल्या मोहितेला तिनं चहा दिला. ते पाहताच मी खोलीत आलो आणि सौ.ला म्हणालो,

'तुझा तो मोहिते भलताच रंगेल दिसतोय!'

'कशावरून?'

'अग, त्यानं संधान जुळवलंन् रखमाबरोबर. रखमानं त्याला आत्ता चहा दिला.'

'इश्श, तो मोहिते नाही काही. त्याची केव्हाच बदली झाली इथून.'

'केव्हाच म्हणजे?'

'मोहिते इथं फक्त तीनच दिवस होता. त्यावर इथं चार पोलिस बदलून आले व गेले. आता हा आलाय. रखमा त्याला रोज चहा देते.'

'आणि रखमाची गिऱ्हाइकं?'
'हल्ली सगळं बंद झालंय्.'
'असं कशावरून?'
'रखमाला आता बिझनेसचा कंटाळा आलाय्.'
'तुझ्या रॉयटरनं तिची मुलाखत घेतलेली दिसतेय्.'
'हो, त्यानंच सांगितलं. तिला आता ह्या जीवनाचा वैताग आलाय् . लग्न करावंसं वाटतं म्हणते. ज्या दिवशी तिनं ह्या नवीन पोलिसाला पाहिलं त्या क्षणी म्हणे...'
'आपुली न राहिले– असंच ना?' मी मधेच विचारलं.
'जवळ जवळ तसंच. त्या दिवसापासून रखमाकडे कोणी आलेलं पण नाही.'
'आणि पोलिसला पण काही पत्ता लागलेला दिसत नाही!' मी विचारलं.
'छे छे; आणि मुद्दामच सांगायला कोण जातंय्? करू दे की बिचारीला संसार.'
आणि नंतर आठच दिवसांनी रखमानं त्या पोलिसशी रीतसर लग्न लावल्याची बातमी 'ब्यूरो' कडून समजली. रखमाला आणि पोलिस चव्हाणाला मी मनातल्या मनात 'नांदा सौख्यभरे' चा आशीर्वाद दिला. मधे काही दिवस गेले. आणि बऱ्याच दिवसांनंतर त्या दिवशी रात्री ९ च्या सुमारास जॉनच्या फटफटीचा आवाज ऐकायला आला. मी गॅलरीत येऊन पाहिलं. तो जॉनच होता. तुरूंग त्याला मानवला होता. मी सौ.ला हाक मारली.
'अग, जॉन आला बरं का!'
'निर्विकारपणे सौ. म्हणाली,
'हत्तिच्या, त्याला येऊन आज आठवडा झाला. आर्थर रोड जेलमधे होता. चार दिवस माफी मिळाली त्याला.' सौ.नं जॉन ह्या ग्रंथातली पानं भराभरा उलगडली.
'बिचाऱ्याची निराशा झाली असेल इथं कोणी नाही असं पाहून.'
'तसं काही नाही.' सौ. पटकन् म्हणाली.
तेवढ्यात रात्रपाळीचा चव्हाण हवालदार काठी वाजवत आला. जॉननं त्याला सलाम ठोकला. खिशातली सिगारेट ऑफर केली. चव्हाणनं त्याचा स्वीकार केला. पाच एक मिनिटं दोघांची बातचीत झाली. आणि जॉन, चव्हाणाचा निरोप घेऊन फटफटीवरून निघून गेला.
सौ. मला म्हणाली, 'जॉन गेला आता रखमाकडे.'
'कशावरून?' मला धक्का बसला.
'कशावरून काय? गेले आठ दिवस जॉनचा मुक्काम रखमाच्या घरीच आहे.'
'सांगतेस काय?'
थोडासा चिडविण्याचा स्वर काढीत सौ. म्हणाली,

‘अगदी बरोबर, रॉयटरची बातमी. जॉन पूर्वीसारखाच तिकडे मजा मारतोय.’
‘आणि?’
‘आणि काय?– पोलिस खात्याचं हे काम. जॉन तिकडे आणि हा ‘सखाराम’ चव्हाण– हवालदार– पहारा करतोय इकडे.’
सौ.नं सनसनाटी बातमी दिली; आणि पुन: एकवार तो रस्ता, ती दुकानं, ती बाग, तो चिंचोळा बोळ, आणि निरर्थक पहारा कशावर करायचा हे न कळणारा हवालदार ह्या सर्वांना एक निराळा अर्थ दिसू लागला.
गुण नजरेचा हेच खरं!

♦

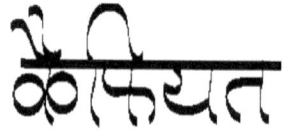

कैफियत

दाजींना पाहिल्याबरोबर चित्राला वाटलं, दाजी एकदम निराळेच दिसत आहेत.
तिच्या मनाची ही भावना काही केल्या कमीच होईना. आणि तरीही ते असे
निराळे का दिसत असावेत ह्याचा तिला पत्ता लागेना. तसं त्यांना विचारायचं
तरी कसं?– आपल्या हाकेसरशी ते बेळगावहून आले ह्यानेच चित्राचं
अंत:करण सकाळपासून भरून आलं होतं. आपण निराधार आहोत ही चित्राची
भावना एकदम नाहीशी झाली होती. तिनं दाजींना पत्र पाठवलं होतं ते
मुकुंदाच्या नकळत. आणि आता दाजी गाडीतून उतरले तेव्हाही चित्रा म्हणाली
होती,

'मी आपल्याला बोलावून घेतलं हे ह्यांना सांगू नका हं.'

–भरदार मिश्यांवरून हात फिरवीत दाजी म्हणाले,

'ठीक ठीक.'

'मग काय सांगाल?'

'अठ्ठावीस वर्षे वकिली केली व अजून अधूनमधून करतो, तेव्हा मुकुंदाला काय
सांगायचं ते मला सुचेल ऐनवेळी.'

चित्रा शरमिंधी झाली, पण कुठंतरी आत सुखावली पण! दाजीसारख्या
माणसाकडून तिला आश्वासन मिळालं होतं. आता ती 'केस' जिंकणार होती.

–केस वस्तुत: विचित्र!–

नवऱ्याविरुद्ध सासऱ्याकडेच सुनेनं न्याय मागायचा. पण येतात अशा काही वेळा
जेव्हा जगावेगळ्या तऱ्हेनं आधार शोधावा लागतो. चित्रानं हाक घातली होती
आणि हातातली कामं टाकून दाजी आले होते.

गाडीतून उतरल्यापासून चित्रा दाजींकडं आदरानं पाहात होती. साठी उलटलेले
दाजी काठीशिवाय ताठ चालत होते. तारुण्य सोडून गेलं होतं, पण मागे रग
ठेवून! क्वचित ठिकाणी सुरकुत्यांनी तळ ठोकले होते पण नसातला जोम
तेवढाच होता. हे सगळं कसं होतं तसं होतं, आणि तरीही दाजी फार फार
निराळे दिसत होते.

–मुकुंदा कामावर गेला. दाजी वर्तमानपत्रं वाचीत बसले. सुनेनं त्यांच्या आवडीचा केलेला स्वयंपाक त्यांनी आडवा हात मारून चापला होता. आता कोणतीही समस्या त्यांच्या ह्या प्रसन्न व तृप्त मन:स्थितीसमोर उभी राहू शकणार नव्हती. मोठे मोठे खटले जिंकताना आजवर त्यांना जी यशस्वी विधानं सुचली होती ती अशा प्रसन्न मन:स्थितीमधेच सुचली होती.

...मुकुंदाची आई होतीच तशी! पानावर बसलेला माणूस तृप्त झाल्याशिवाय उठला असं सव्वीस वर्षांत घडलं नव्हतं...

सव्वीसच का?– हो दाजींना सगळीच्या सगळी वर्षे आता आठवत होती. हातात असलेलं वर्तमानपत्र आता नावापुरतं होतं. त्यात बातम्या नव्हत्याच. खून, अपघाताच्या हकीगती नव्हत्या. अग्रलेख, जाहिराती नव्हत्या! छापला होता तो दाजींचा भूतकाळच. त्यांचा सव्वीस वर्षांचा यशस्वी संसार. आज ह्या संसाराची कुणी आठवण करून दिली?– चित्रानं– तिनंच. तिनं वाटलेल्या चटणीची चव हुबेहूब मुकुंदाच्या आईनं वाटलेल्या चटणीसारखी होती.

चटणी!–

सगळा संसारच चटणीसारखा खमंग, चटका लावणारा आणि चटणी जशी लवकर संपते तसा संपला. मागं राहिल्या आठवणी. जशाच्या तशा, अभंग! उत्तम स्मरणशक्ती असणं हा केव्हा केव्हा शापच! सगळं कसं वैशाखातल्या उन्हासारखं लख्ख आठवतं. वैशाख!–

अशाच एका वैशाखात, टळटळीत दुपारची बकुळा आली होती. घामाघूम झालेली, बावरलेली!–

...बकुळा!

हातातला पेपर टाकून दाजी उठले आणि त्याच वेळी घरातली आवराआवर करून चित्रा बाहेरच्या खोलीत आली. तिनं दाजींकडे पाहिलं; आणि तिच्या मनाचा गोंधळ उडाला. दाजींना पत्र पाठवून बोलावणं सोपं होतं, पण आत्ता समोर उभं राहून फिर्याद मांडणं अवघड होतं. त्यापेक्षा आपण सगळी हकीगत पत्रातून कळवून– पत्र!

नको. लेखी गुंतणं फार धोक्याचं! पत्रामुळंच तर आपल्याला मंजुळेचा पत्ता लागला.

मंजुळा!

चित्राच्या संसाराला लागणारी कीड. मुकुंदाभोवती पडलेला नवा मोहपाश. चित्राचं स्वास्थ्य उडवणारी स्त्री! तिचं पत्र मुकुंदाच्या खिशात सापडलं म्हणून तर पुरावा मिळाला.

पुरावा!

जो सादर केल्याशिवाय दाजी कुणाचंही वकीलपत्र घेत नसत. अशिलाची बाजू पटली तरी, त्याची कीव आली तरी! अगोदर पुरावा हवा. तो मिळाला की दाजींना दहा हत्तींचं बळ यायचं! प्रतिपक्षाच्या वकिलावर ते चित्त्याप्रमाणे चवताळून प्रतिहल्ला चढवीत. कोर्टाचा हॉल दणाणून सोडीत. लग्न झाल्यावर एकदाच चित्रा, त्यांचा कोणता तरी खटला ऐकायला गेली होती. त्या पिंजऱ्यात उभ्या राहिलेल्या बाईचं नावही मंजुळाच होतं. दाजींच्या भडिमाराला उत्तर देताना तिची भंबेरी उडत होती. आपल्याला तेव्हा काही काळ तिचीच कीव आली होती. पण मंजुळा नावाच्या सगळ्याच बायका अशा का? आता आपल्याच नवऱ्याला नादी लावायचं ह्या मंजुळेला काही अडलं होतं का?

दाजींना आता हे कसं सांगायचं?

'बसा, सूनबाई.'– हुकमत असलेल्या आवाजात दाजी म्हणाले. चित्राला ते नेहमी 'अहो जाहो' म्हणत, चित्रालाच का सगळ्यांनाच ते तसं म्हणत. चित्राने दाजींकडे पाहिलं त्याच वेळी दाजींनी डोळ्यावरचा चष्मा दूर केला.

हात्तिच्या!

दाजींनी फक्त चष्म्याची फ्रेमच बदलली होती. उगीचच आपल्याला ते निराळे वाटत होते. चित्रा हसली अगदी स्वतःशी.

'हं, काय म्हणताय? कोणत्या संकटात आहात?'

–चित्रा गप्प बसली. विषयाच्या मांडणीची जुळवाजुळव करू लागली. समजुतीच्या स्वरात दाजी म्हणाले,

'संकोच न करता सगळं सांगायचं.'

चित्रानं मान हलवली.

'बोला.'

'आपल्याला लांबवरून बोलावलं त्याचा राग...'

'आला! खूप आला! एवढी मोठी काय अडचण निर्माण झाली, ह्याचाच प्रवासात विचार करीत होतो. काका आहेत ना इथंच?'

–आपल्या वडिलांचा दाजींनी उल्लेख का केला हे चित्राला समजलं. काकांच्या सल्लामसलतीनं काम भागणार नव्हतं का– असंच सुचवण्याचा दाजींचा हेतू होता. आता बोलणं सुरूच ठेवलं पाहिजे, त्यातच सूत्र मिळणार होतं. चित्रा म्हणाली,

'मी आपल्या घरी आले; ती ह्या घरची लक्ष्मी म्हणून! ह्या घराचा मान मी माहेरी सांगायचा, अपमान नाही; म्हणून मी काकांना काही बोलले नाही.'

'असा काय प्रकार घडलाय?'

'हे, हे– आणखीन एका बाईंच्या मागे.'
–पण चित्राचं वाक्य पुरं झालं नाही, दाजी मध्येच म्हणाले,
'पुरावा?– की तर्क?'
–चित्रा कपाटाकडे गेली. तिनं ड्रावरमधून एक पाकीट काढलं व ते दाजींच्या हातात दिलं. डोळ्यावर चष्मा चढवून दाजींनी आतलं पत्र काळजीपूर्वक वाचलं. नंतर त्या पत्राबरोबर होता तो फोटोही नीट पाहिला. त्या दोन्ही वस्तू पाकिटात ठेवीत त्यांनी चित्राला विचारलं.
'किती दिवस झाले ह्या गोष्टीला?'
'कालच तारखेने तीन महिने झाले.' चित्रानं पटकन् सांगितिलं.
'तुमच्या डोक्यात हाच एक विचार तारीखवार दिसतोय् नाही का?'
चित्रा काहीसं स्वत:शी म्हणाली, 'तसं तर काय, प्रत्येक स्त्रीचं होईल.'
–ह्यावर प्रचंड हसत दाजी म्हणाले,
'करेक्ट; करेक्ट.'
–चित्राला तो शब्द व तो उच्चारण्याची पद्धत दोन्ही पाठ होतं. खूप दिवसांनी ह्या तऱ्हेनं तो शब्द ऐकायला मिळाल्यावर तिला बरं वाटलं, हसणं थांबवीत दाजी म्हणाले, 'अस्सं, तीन महिने झाले तर!– ठीक; ठीक. ह्या तीन महिन्यांत आणखीन काय काय घडलं?'
'दुसरं काय?– भांडणं!'
'तेही साहजिकच आहे. बरं, आमचा मुकुंदा काय म्हणतो ह्या बाबतीत?'
'ते म्हणतात, आमचं... म्हणजे त्यांचं तसं काही नाही.'
'तेही साहजिकच आहे.'
चित्रा चमकली. तिनं भीत भीत दाजींना विचारलं,
'आपल्यालाही असंच वाटतं?'
'वाटत नाही, पण मुकुंदा म्हणतो तसं असेलही कदाचित. तसा प्रत्यक्ष काही प्रकार तुम्ही पाहिलात का?'
'नाही, पण ते पत्र...'
'पत्रातली भाषा तशी आक्षेपार्ह नाही.'
–दाजींचीसुद्धा आपल्या मुलाकडेच सहानुभूती आहे असं पाहिल्यावर चित्रा गांगरली. पण मग तिला एकदम संतापाची उसळी आली. अगदी आतून! नवऱ्याचा व सासऱ्याचा लौकिक सांभाळायचा म्हणून तिनं स्वत:च्या घरी ह्या गोष्टीचा पत्ता लागून दिला नव्हता. आणि आता दाजींना मुलाचीच कड घेण्याची इच्छा होत होती. ह्यांना कशाला घाबरायचं?
'दाजी, पत्रात 'प्रिय' पासून सुरुवात?'

'ह्या एवढ्याच शब्दाला चमकलात?– प्रिय ह्या शब्दाला तसा अर्थ काय आहे हल्लीच्या जमान्यात?'

'नसेल. पण मग ह्यांना फोटो कशाला हवा जवळ?'

–'हां, तिथं जरा मुकुंदा घसरलाच आहे. पण कशावरून हा फोटो त्यानं दुसऱ्या कुणासाठी घेतला नसेल?'

'दुसऱ्यासाठी?'

'साहजिकच आहे. मंजुळाचं लग्न झालेलं आहे का?'

'नाही.'

'मग काय? कुणा तरी मित्राला 'प्रपोजल' म्हणून दाखवायला घेतला असेल.'

–चित्रा ह्या विधानावर गप्प बसली. अशा काही विधानावर काय बोलणार?– पुढं दाद फिर्याद मागायची नाही ह्याची तिनं मनाशी खूणगाठ बांधली.

–पण आता हा प्रश्न चित्रापुरता मर्यादित राहिला नव्हता. दाजी त्याच स्वरात म्हणाले,

'तुम्ही ह्या बाईशी कधी बोललात का?'

'एकदा तिघंही सिनेमाला गेलो होतो आम्ही.'

'मग?'

'तेव्हाच मला सगळ्या गोष्टींची कल्पना आली.'

'साहजिक आहे. नंतर तुम्ही काय केलंत?'

'ह्यांच्याशी अबोला धरला.'

'साहजिक आहे. नंतर?'

'नंतर आमची भांडणं व्हायला लागली.'

'साहजिकच आहे. नंतर?'

'ते आता केव्हाही घरी येतात व केव्हाही जातात.'

'साहजिक आहे.'

–दाजी गप्प बसले. चित्राही गप्प झाली. 'साहजिक आहे' असं म्हणण्याची दाजींची ही लकबच. समोर बसलेल्या माणसाला त्यामुळे, दाजींना नक्की काय म्हणायचं आहे ह्याचा कधीच पत्ता लागायचा नाही.

'तुम्ही किती शिकलात?' – दाजींनी मधेच विचारलं.

'म्हणजे?' चित्रानं चमकून विचारलं.

'तुमचं शिक्षण कोठवर झालं?'

'इंटर पास झाल्यावर मी कॉलेज सोडलं.'

–हा प्रश्न मधेच उपस्थित का व्हावा ह्याचा चित्रा विचार करीत असताना दाजी म्हणाले,

'म्हणजे ह्या सर्व प्रकरणात एखादी अशिक्षित स्त्री ज्या तऱ्हेनं वागली असती, तशाच तुम्ही वागलात.'
चित्रा चमकली व काहीशी चिडलीही.
'मी काय करायला हवं होतं ह्या बाबतीत?'
'ते नक्की सांगता येणार नाही. काळ एवढा बदलला, बायका पुढं गेल्या, शिकल्यासवरल्या असं आम्ही म्हणतो, पण नाही– अजून त्या आहेत तिथंच आहेत. पंचवीस वर्षांपूर्वीची स्त्री अशा प्रसंगात जशी वागली असती तशाच तुम्ही वागताहात.'
'म्हणजे ह्यात ह्यांची काहीच चूक नाही?'
'नाही.'
'चूक नाही?– दुसऱ्या बाईवर प्रेम करणं ह्यात चूक नाही? असं खुशाल घडू द्यावं?– ' चित्राचा आवाज चढू लागला.
मोठ्यांदा हसत दाजी म्हणाले,
'अहो, हा अपघात आहे.'
'ह्याला अपघात म्हणता तुम्ही?– चांगली शिकली-सवरलेली माणसं आणि त्यांनी...'
'थांबा. तुमची चूक होतेय. उत्तम ड्रायव्हर जेव्हा ॲक्सिडेंट करतो तेव्हा तो काय ड्रायव्हिंग विसरलेला असतो का? नाही. पण तरी अपघात होतात. उत्तम, पट्टीची पोहणारी माणसं, नेहमीप्रमाणे उंचावरून सूर मारतात, ती वरच येत नाहीत केव्हा केव्हा, म्हणजे त्यांना पोहता येत नाही; असं म्हणायचं का?– नाही. तर तो अपघात असतो. त्याप्रमाणं चांगली शिकली सवरलेली माणसं जेव्हा असं वागतात तेव्हा ती शिक्षण किंवा संस्कार विसरलेली असतात असं म्हणायचं का?– नाही. तोही एक अपघातच असतो.'
'आणि आपण तो पाहात बसायचा असतो; असंच ना?' चित्रानं चिडून विचारलं. दाजी क्षणमात्र थांबले. त्यांनी चित्राकडे निरखून पाहिलं. आपण नेहमीच्या रिवाजानं बोलत राहिलो तर नाहक ह्या पोरीचा तोल जाईल असं दाजींना वाटलं. तो क्षण जवळ आला होता. समोरचा माणूस जेवढं जास्त बोलेलं तेवढं वकिलाला हवंच असतं. तेवढ्यासाठी मुद्दाम तेढं बोलून दुसऱ्या व्यक्तीला चिडवायचं असतं. चित्रा त्याप्रमाणे चिडली होती. पण ती काही दाजींची अशील नव्हती. ती फार चिडली तर गप्पच बसायची; ही शक्यता होती. आता तिला सावरायला हवी होती. दाजींनी मग पवित्रा बदलला. ते म्हणाले,
'हे पाहा, अशा नाराजीनं बोलू नका. हा प्रॉब्लेम जसा तुमचा आहे तसाच

माझाही आहे. म्हणूनच मी म्हणालो की हा अपघात आहे. जो नेहमी घडून जातो तोच अपघात!– मुकुंदाच्या बाबतीत अपघात घडण्याची क्रिया अजून चालू आहे. तोपर्यंत आपल्याला काहीही करता येणार नाही. हा अपघात पुरा होऊ दे. मग पाहू.'

'नंतर काय पाहायचं?'

'नंतर काही फार पाहावं लागणार नाही.'

'असं कसं म्हणता तुम्ही?'

'मुकुंदा माझा मुलगा आहे म्हणून म्हणतो.'

'मी नाही समजले.'

'तुम्हाला ते नाहीच समजायचं. माणूस निराळा वागतोय असं वाटत असतं आपल्याला. तो बिघडला, कामातून गेला असं आपण पटकन् म्हणतो. पण तसं नसतं. त्या सर्वांचा अर्थ, तो आपल्याला हवा तसं वागत नाही, एवढाच असतो. मुकुंदाबद्दलची तुमची धास्ती अशीच आहे. तो तुमच्या मनाप्रमाणे वागत नाही म्हणजे बिघडला असं तुम्ही म्हणताय. पण कोणताही पुरुष किंवा स्त्री, फारशी चाकोरीबाहेर जाऊच शकत नाही. एका बाईपासून दूर पळून पुरुष जातो कुठं? तर दुसऱ्या बाईकडेच ना? म्हणजे मुळातच ह्याला फार मर्यादा आहेत.'

दाजी सावकाशपणे म्हणाले. चित्रा मात्र पार गोंधळली होती. काही वेळ थांबून ती म्हणाली,

'म्हणजे मग आपल्या दृष्टीनं हा चिंतेचा विषयच होऊ शकत नाही तर?'

'कमीत कमी तुमच्या बाबतीत नाही.'

'पण का?'

'एरव्ही मुकुंदा तुमच्याशी कसा वागतो?'

'दृष्ट लागेल असे. म्हणूनच मला काळजी वाटते.'

'म्हणूनच काळजी करू नका. व्यभिचारी वृत्तीचा माणूस निराळा असतो. मुकुंदा तसा नाही. तुमच्यात दोष तर शोधून सापडणार नाही. तुम्ही देखण्या आहात, कर्तबगार आहात. फोटोवरून मंजुळा एक सामान्य मुलगी वाटते. असं असताना मुकुंदा असं का करतो हे मलाच काय, पण त्यालाही सांगता येणार नाही. आणि असं ज्या ज्या घरी होत असेल त्या त्या घरी हेच घडतं. तृप्तीचा संसार असून हे बाहेरही आकर्षण का वाटतं हे पुरुष सांगू शकत नाही आणि जो प्रश्न त्याला स्वतःला सोडवता येत नाही त्याचं उत्तर बायकांना हवं असतं. त्या मग अकारण स्वतःला कमी लेखतात, नाहीतर पुरुषजातीला हलकट ठरवतात. मुकुंदाची काळजी करू नका. तो फार काळ तिथं रमणार नाही तो

आपण होऊन परतेल. तुम्ही त्याला आणण्याचा प्रयत्न करू नका. तो प्रयत्न फसेल व तुम्ही जास्त दुःखी व्हाल. त्याचा तो परतेल तो मात्र कायमचा परतेल. तुम्हाला आधार हवाय हे मला माहीत आहे; पण सध्याच्या परिस्थितीत त्यालाही आधार हवाय. कारण तो प्रवाहात वाहतोय. आपण वाहात नसून आपण प्रवाहाला वाहायला लावतोय ह्या धुंदीत मुकुंद जोवर आहे, तोवर तुम्ही किनाऱ्यावर घट्ट उभ्या राहा. आणि त्याची धुंदी ओसरली की त्याला हात द्या. ह्यालाच संसार म्हणतात. दोघांपैकी एक कोणीतरी नेहमी किनाऱ्यावर घट्ट उभा हवा. उद्या हीच कहाणी एखाद्या स्त्रीची सुद्धा होऊ शकेल. खरं ना?'

हे निराळेच दाजी चित्रासमोर प्रगट होत होते. केवळ शाब्दिक कसरतीवर प्रतिपक्षाला जेरीस आणणारे, कोर्टातला हॉल दणाणून सोडणारे ते वकील नव्हते, त्यांच्या शब्दांना आज निराळ्या व्यथेची किनार होती. ते बोलत होते ते समजत होतं, तरी चित्राला आणखीन आधार हवा होता.

'नाही पटत?'– दाजींनी विचारलं.

'पटतं पण...' चित्राला म्हणावसं वाटलं, त्यांच्याप्रमाणे आपण त्यांना पुरावा काय? म्हणून विचारावं ती गप्प राहिली. तिनं नुसतं दाजींकडे पाहिलं आणि दाजी हसले. चित्राच्या नजरेतला भाव ओळखून हसले. आपल्या बोलण्यावर चित्राचा पुराव्याशिवाय विश्वास बसणार नाही ह्याची जाणीव दाजींना प्रकर्षानं झाली. आता ह्या पोरीची खात्री कशी पटवून द्यायची? जवळ असलेला पुरावा प्रत्येक वेळी सादर करता येतोच असं नाही. ह्याच अगतिकतेचा फायदा आपल्याला मिळत गेला व आपण नामांकित वकील ठरलो.

आता आपल्या सुनेला, खात्री पटण्यासाठी पुरावा हवाय. पुरावा!

कसा द्यायचा?

पुरावा देणं तसं अवघड नाही. चांगली स्मरणशक्ती असणं हा केव्हा केव्हा शापच.

सगळं कसं वैशाखातल्या उन्हाळ्यासारखं लख्ख आठवतं.

वैशाख!

अशाच एका वैशाखात, टळटळीत दुपारची बकुळा आली होती घामाघूम झालेली घाबरलेली!

बकुळा!

मंजुळा नावाशी साम्य असलेली बकुळा.

काळजाचा ठाव घेणारी तिची नजर... मुकुंदाच्या आईपेक्षा ती सुंदर नव्हती... तरी तीन-चार महिने बेहोषीत गेले... सव्वीस वर्षांचा संसार. त्यातले तीन-चारच

महिने हे असे. झपाटलेले! आपण भोवऱ्यात. किनाऱ्यावर कोणी नाही. मुकुंदाची आई अशिक्षित चार बुकं शिकलेली असती तर ती घट्ट किनाऱ्यावर राहिली असती... पण...! आपले आपणच परतलो– जीव तोडून सांगितलं पण मुकुंदाची आई बिथरलीच. आपलं माणूस परतलंय. एवढं किमान पार्टनरला समजायला हवं. नाहीतर, राहतात लक्षात वैशाखातल्या आठवणी–!

♦

हॉलिडे स्पेशल

कल्याणला न थांबणारी 'जनता' एक्स्प्रेस आज अचानक तिथं थांबली! गाडीतले लोक वैतागले, प्लॅटफॉर्मवरचे आनंदले. थोडीशी धावपळ करून थोडसं धारिष्ट्य दाखवून, धावती गाडी पकडून, बोरीबंदरपासून खिडकीची जागा पटकावल्याचा आनंद आता कुठल्या कुठं लोपला! आतापर्यंत खिडकीची जागा हे प्रवासातलं वरदान ठरलं होतं, तर आता तीच शापवाणी ठरली होती. अचानकपणे 'जनता' कल्याणला थांबल्यानं लोक आनंदले होते. एरव्ही न थांबता, सगळ्यांना खिजवीत पुण्याला पळणारी गाडी आज मध्येच थांबली होती. चांगली तावडीत सापडली होती. 'यह गाडी भारतीय जनताकी संपत्ती है. आपका कर्तव्य है इसका गलत ढंगसे इस्तेमाल– नुकसानसे बचाइये.' वगैरे वगैरे टाहो फोडणाऱ्या रेल्वेच्या सूचना धाब्यावर बसवून, लोकांनी खरोखरच गाडी ही भारतीय संपत्ती समजून तिच्यावर हल्ला चढवला होता.

'आरं गनप्या! हतं ये' असं म्हणत सुमारे आठ पागोटी दिनकर जवळच्या खिडकीतून आत घुसली. त्यातल्या दोघांनी दिनकरच्या मांडीवर आपल्या कोल्हापुरी पादत्राणांचा ठसा उमटवला. एकानं उडी मारून आत घुसताना दिनकरचा खांदा पकडला.

–अल्सेसियन कुत्र्याचे मांडीत घुसलेले दात ह्यापेक्षा कोमल ठरले असते! एकानं खिडकीतून आत लोटलेली ट्रंक तर दिनकराच्या पायाचा नेम धरूनच आत आली. 'भावबंधना'तल्या लतिकेला सारं सौंदर्य बहाल करून झाल्यानंतर, अखेर पूर्णविराम म्हणून विधात्यानं तिच्या गालावर तीळ ठेवून दिला, ह्या गडकऱ्यांच्या उक्तीप्रमाणं सर्व पावण्यांनी दिनकरचे एवढे हाल केल्यावर खिडकीतून प्रवेश करणाऱ्या शेवटच्या माणसानं 'पूर्णविराम' म्हणून भिकुसा यमासा छापचा एक झक्कपैकी चटका त्याच्या दंडावर ठेवून दिला!

बरं, एवढं सगळं झाल्यावर तरी गाडी सुटावी की नाही?– पण नाही! जणू काही 'कल्याण' हा प्रवासातला शेवटचा टप्पा असल्याप्रमाणं गाडी फलाटावर शांत उभी होती.

दिनकर मोठ्या प्रयासानं मनावर ताबा ठेवण्याचा प्रयत्न करत असतानाच एका पावण्यानं दिनकरला म्हटलं,

'सायेब, वाईच् सरकून घेताय् का?'

आत्मसंयमन करत दिनकर म्हणाला,

'आता असं करा मी इथेच उतरतो. तुम्ही जा गावाला. नाहीतर असं करा, तुम्ही बसा माझ्या मांडीवर.'

'छा छा! असं कंदी झालंय का? अव म्या तुमच्या मांडीवर बसायचं म्हंजे कसं काय हुयाचं?'

'मगाशी बाहेरून गाठोडं आदळत होता तेव्हा कसं काय झालं?'

'आता या मायंदाळ धकाधकीत असं हुयाचचं! त्येला काय करायचं?'

पुढं बोलण्यात काही अर्थ नाही असा विचार करीत दिनकरनं खिडकीतून बाहेर पाहिलं आणि... आणि...

पायावर पडलेली ट्रंक, मांडीवर पडलेले राकट पाय, खांद्यांचं झालेलं थालीपीठ ह्या सगळ्यांचा विसर पडावा असं अघटित घडलं! समोर एक मुलगी पण छे! तिला मुलगी म्हणायचं– इंद्रपुरीतून शेवटचा पदन्यास संपवून थकून भागून घाम सुकायच्या आत भूतलावर आलेली मेनकाच ती! 'पुरुष ही परमेश्वराची शक्ती, तर स्त्री ही त्याची प्रत्यक्ष मूर्ती' म्हणतात ते काही खोटं नाही. 'परमेश्वरच' आपलं नायलॉनचं झुळझुळीत (पारदर्शक) वस्त्र सावरीत किंवा योग्य ठिकाणी घसरेल अशी काळजी घेत– दिनकरच्या समोर फलाटावर उभी होती. मात्र ही परमेश्वरस्वरूप सौंदर्यमूर्ती आतल्या नि बाहेरच्या गर्दीच्या खिजगणतीतही नव्हती! एवढ्या लावण्यवतीलाही गाडीत जागा मिळू नये अं?– दिनकरला फार खेद झाला आणि शेजारचे ते दहा बारा धटिंगण म्हणजे त्याला प्रत्यक्ष सैतानावतार वाटू लागले!

गाडी अद्याप उभीच होती. उष्मा वाढत होता. रिकामा डबा शोधण्यासाठी माणसं अद्याप पळतच होती. साऱ्या स्टेशनला एक तऱ्हेचा वेग आला होता. निश्चल होती फक्त गाडी, ती तरुणी आणि तिच्यावर खिळलेली दिनकरची नजर. पण एवढंच! सगळं एवढ्यावरच थांबणार होतं! ह्यापुढं काहीच प्रगती नव्हती. बहुधा होणारही नव्हती. प्रश्न असा होता की, त्या तरुणीची ओळख कशी व्हायची? गाडी काही अनंतकाळ अशीच उभी राहणार नाही. केव्हा तरी ती चालायला लागणारच. शिवाय गाडी नाही चालली तर ती मुलगी चालायला लागेल! छे! हे काही चालायचं नाही. ती मुलगी आपल्याशी बोललीच पाहिजे. हसली पाहिजे. गाडी सुटण्यापूर्वी काही तरी घडायला पाहिजे. 'योगायोग' का काय म्हणतात तसं काही तरी घडायला हवं! घडेलही! आणि मग ह्यातूनच

स्नेह, जिव्हाळा, प्रेम आणि मग मीलन!... होय असाच असतो प्रवास! जिथं अशा रम्य तरुणींचा वास तोच प्रवास!...
दिनकर अशा तऱ्हेच्या विचारांनी बेभान झाला. स्थळ, काळ विसरला आणि तो जेव्हा भानावर आला तेव्हा त्याला कळून चुकलं की आपल्या मघाच्याच बेभान अवस्थेतच 'शुक शुक' असा ध्वनी तोंडातून बाहेर पडला होता आणि त्याला प्रतिसाद देण्यासाठी ती मेनका आपली गोरीगोरी सुकुमार पावलं टाकीत गाडीच्याच दिशेनं पुढे येत होती. अखेर ती तो बसला होता त्या खिडकीशेजारी येऊन उभी राहिली आणि जरा ज्यादा मंजुळ आवाजात म्हणाली, 'आपण मला हाक मारलीत?' दिनकर भानावर आला. चाचरतच त्यानं मान हलवली. अर्थात अशा खुबीनं की, वाटल्यास त्या हालचालीचा अर्थ 'होकार' असा समजावा, वाटल्यास 'नकार' समजावा.
'तुम्हाला काही हवंय् का?'– त्या लावण्यलतिकेनं दुसरा प्रश्न विचारला.
थोडंसं प्रसंगावधान राखून दिनकर म्हणाला.
'त्या व्हीलर पेपर स्टॉलवरच्या माणसाला हाक मारतोय मघापासून! पण कुणी दादच देत नाही! पेपर घेतला असता वाचायला जरा.'
'हात्तिच्या! मी आणून देते पेपर तुम्हाला. बोला, कोणता आणू?'
'तुम्ही... तुम्ही?'
'सांगा हो! त्यात काय मोठसं? सांगा, कोणता आणू?'
दिनकरनं तोंडाला आलं ते नाव ठोकून दिलं, पैसे काढून दिले आणि खरोखरच तिनं पेपर आणून दिला.
पेपर घेता घेता दिनकर म्हणाला,–
'जीव वैतागलाय ह्या प्रवासानं! काही त्या गर्दीला सुमार! म्हणतात ना, अऋणी अप्रवासी तो सुखी– तुमच्यासारखा!'
'इश्श! कसली सुखी अन् कसं काय! गाडीत जागा मिळाली नाही म्हणून मी उभी आहे इथं. प्रवास कुणाला चुकलाय आजकाल?'
'अरेरे! तुम्हांला जागा नाही मिळाली? बायकांच्या डब्यात पण नाही?'
'छे: हो! कसला घेऊन बसलात बायकांचा डबा! बाकी एक बरं झालं. 'जनता' अचानक इथं थांबली. सगळी मेंढरं आत घुसली इथं. आता मागची 'हॉलिडे स्पेशल बहुतेक रिकामी जाईल.'
मागची गाडी रिकामी जाणार?– रिकामी गाडी... केवळ ह्या दोन शब्दांतच महानशक्ती, महान गोडी होती. त्या केवळ कल्पनेनंच दिनकरच्या अंगावर सुखरोमांच उभे राहिले. रिकामी गाडी– आणि ही अप्सरा तिच्यातून जाणार?... वा वा! स्वर्ग धरेवर आला! आणि आपण मात्र पुण्यापर्यंत ह्या पागोट्यांचा वास

घेत जाणार. हॅ:!...
'कसला विचार करताय्?' त्या मुलीनं विचारलं.
'तुमच्या भाग्याचा हेवा करतोय!'
'माझ्या भाग्याचा हेवा?'
'तर! तुम्ही रिकाम्या गाडीतून प्रवास करणार हे भाग्यच नव्हे तर काय? मला जर कधी काळी परमेश्वर प्रसन्न झाला तर मी त्याच्याजवळ एकच मागणं मागेन.
'पुण्या-मुंबईच्या प्रवासात खिडकीची जागा देत जा– वर स्वर्गात आपल्यासाठी सीट ठेवली नाहीस, तरी चालेल!'
'इश्श!' म्हणून ती खळखळून हसली.
'खरंच हो! दर आठवड्याला ही पुण्याची वारी करायची म्हणताना आपण म्हणतो, 'हुं:!' पुणं म्हणजे काय, मुंबईच्या परसात!' पण नाकात दम येतो 'परसात' जाता जाता! पैशापरी पैसा घालवायाचा, वेळ घालवायचा, एनर्जी घालवायची नि वर रेल्वेचे फालतू उपदेश ऐकायचे!'
दिनकरचं बोलणं संपायच्या आतच लाउडस्पीकरवरून बसक्या आवाजात सूचना सुरू झाल्या– 'कृपया मुसाफिरोंको पहले उतर जाने दीजिए...'
'त्या लेकाला जाऊन सांगा, की इथं उतरणारे नाहीत, सगळे चढणारेच आहेत!'
दिनकरच्या ह्या वैतागण्यावर ती हसू लागली.
'मला माहीत आहे. तुम्ही हसताय मला! माझी चेष्टा करताय. खरं आहे बाबा! चांगला पैसेवाला असतो तर गेलो असतो डेक्कननं, मऊ गाद्यांवर बसून. मग हे असे पागोटीवाले खिडकीतून घुसले नसते!'
'अहो, पण मग तुमची माझी ओळखही झाली नसती!'
तिच्या स्पष्टोक्तीनं दिनकर अंमळ चपापला, पण सुखावलाही. तरीपण लगेच ही ओळख, हे संभाषणसौख्य, तिच्या मादक हास्याचा कैफ– किती अल्प काळ टिकणार आहे, हे ध्यानात येऊन तो तेवढाच नर्व्हस झाला. आणि मग त्या संभाषणात त्याला रस घेता येईना. मलूल, पडेल स्वरात तो म्हणाला,
'काय उपयोग? केव्हातरी ही गाडी सुटणार! तुम्ही 'हॉलिडे स्पेशल'नं जाणार, आमची ओळख विसरणार, तुमचं केव्हातरी लग्न होणार, त्यांच्याबरोबर सिनेमाला जाताना तुम्ही केव्हातरी कुठंतरी आम्हाला दिसणार आणि ओळख दाखवावी की नाही ह्या पेचातून बाहेर येईपर्यंत आमच्या समोरून निघून गेलेल्या असणार! तेव्हा उपयोग आहे या ओळखीचा?'
'छे छे! फार लांबचा विचार करता बाई तुम्ही! पण काय हो साहेब, हे सगळं तुमच्याही बाबतीत होण्याची शक्यता आहे की! तुम्ही काय अगदी कार्तिकस्वामीसारखे राहणार?'

'आमचं सोडा हो! आम्ही हे असेच! अशीच धक्काबुक्की करीत प्रवास संपवणार, यात्राही संपवणार. एका एका सीटसाठी भांडत, धडपडत!'
'का होईना, पण आमच्यापुढं जाणार! हे तर काही खोटं नाही ना?'
'पण म्हणून काय अशा तऱ्हेनं जायचं? सगळे अवयव पुण्यापर्यंत पोचतील की नाही ह्याची शाश्वती नाही!'
'एखादा राहिला मागं, तर मी आणीन उचलून! तुमच्या पाठोपाठच येते आहे.'
'–रिकाम्या गाडीतून!'
'हो! रिकाम्या गाडीतून– पण एकटी! काय अर्थ आहे त्यात? ही 'जनता' लेट झाली. तशीच मागची 'हॉलिडे स्पेशल' पण लेट होणार! पुण्यात पोचायला रात्रीचे साडेनऊ होणार! आणि मग एकटीनं जिमखान्यावर रिक्षानं जायचं. दिवस हे असे धोक्याचे. मला तर बाई भीतीच वाटते!'
'अहो, मग एखादी सोबत–'
'कुणाची आणू?'
–दिनकरची अवस्था झपाटल्यासारखी झाली. 'हॉलिडे स्पेशल'मधून ही एकटी जाणार. नंतर रात्री नऊच्या पुढे रिक्षातून... तीसुद्धा एकटी... छे छे! एवढ्या मोकळेपणी बोलणाऱ्या मुलीची गाठ पडूनही आपण ती पक्की केली नाही तर संधी देत नाहीस म्हणून परमेश्वराच्या नावानं ओरडण्याचा आपल्याला काही एक अधिकार राहातच नाही...
दिनकरचा चेहरा निश्चयी, करारी झाला.
'आता माझ्या भाग्याचा हेवा करणार नाही ना?'– तिनं पुन्हा खट्याळपणानं विचारलं. दिनकर म्हणाला, 'तुमच्या भाग्याचा नुसताच हेवा करून थांबणार नाही मी आता तर त्यात मी आता भागीदार होणार!'
'म्हणचे?'
'तुम्हाला सोबत हवीय ना?'
'हो– पण मग?'
'मी ही गाडी सोडतो!'
'छे छे! माझ्यासाठी तुम्ही एवढा त्याग करू नका. चांगली खिडकीची जागा. मागची गाडी नक्की लेट होणार! तुम्ही उगीच कशाला ताटकळता माझ्याबरोबर?'
'आता बोलूच नका! माणसानं माणसासाठी एवढं करू नये म्हणजे काय? हा मी आलोच खाली. पुण्यात काही माझी तारीख खोळंबलेली नाही! येतोच मी!'
बोलता, बोलता दिनकर उठला. धडपडत, नाना प्रकारची सर्कस करीत त्यानं मोठ्या शर्थीनं दरवाजा गाठला आणि दरवाज्यापाशी बसलेल्या लोकांचे

शिव्याशाप घेत तो खाली उतरला आणि वेगानं त्या मुलीजवळ आला तो ती मुलगी गाडीत दिनकरच्या जागेवर बसलेल्या एका तरुणाला म्हणत होती,–
'काय माधवदादा, दिली की नाही तुला खिडकीजवळची जागा मिळवून? आता मी जाते घरी, आईला ही गंमत सांगते आणि मारे मला म्हणत होतास, 'तू कशाला मला स्टेशनवर पोचवायला येतेस' म्हणून! अच्छा! आता 'हॉलिडे स्पेशल' कॅन्सल झाली तरी काळजी नको!...
– आणि 'जनता' हाललीच!

◆

'रिकामी खुर्ची'

शनिवारी दुपारी निर्मला आली तेव्हा मी चक्क झोपलो होतो. दरवाजा खिडकी बंद करावी. सीलिंग फॅन मंद फिरत ठेवावा, चटकदार कादंबरी जवळ असावी आणि लहान मूल बाटलीचं बूच चोखता चोखता मध्येच कंटाळा आला की तोंडातून बूच हातात घेतं, तितक्या सहजी थांबावसं वाटेल त्या पानावर थांबावं आणि खुश्शाल झोपावं. हा माझा आवडता उद्योग, छंद, व्यसन! स्वर्गसुखाची माझी व्याख्या एवढीच!

थोडासा चरफडतच उठलो. पाहतो तो दारात निर्मला. गॅलरीत जाऊन आकाशाकडे पाहून आलो.

'काय पाहिलंस?' चपला काढता काढता तिनं विचारलं.

'सूर्य जाग्यावर आहे की नाही ते पाहिलं.' तिला टोला समजला, पण तो समजला नाही हे दाखवणं सोयीचं असतं. मग ती निराळं काही तरी बोलली. मी पुन्हा मूळ पदावर आलो. विचारलं. 'कसं येणं घडलं?'

'घडलं नाही– घडवलं!'

'मग जरा सावध राहतो.' तिनं इकडंही लक्ष दिलं नाही.

'झटपट काम सांगून टाकते.' बोलता बोलता तिनं पिशवीतून वही काढली. संकटाची कल्पना मला आलीच. तीन-चार रुपयांना चाट बसणार हे जाणून मी विचारलं.

'हे काय?'

'एवढा घाबरू नकोस. सिनेमाचं तिकीट आणलं आहे.'

'शाळा, कॉलेज, अनाथाश्रम, हॉस्पिटल कुणाला मदत?'

'बालकमंदिर! कितीचं तिकीट फाडू?'

माझ्याकडे न बघता निर्मलेनं विचारलं.

'सिनेमा तरी कोणता?' गंडा टळत नाही ह्याची खात्री वाटून मी आवाज पाडीत विचारलं.

खाटकासमोरच्या गाईसारखा चेहरा झाला माझा.

‘लाखाची गोष्ट.’
‘माय गुडनेस! हे पिक्चर मी अकरा वेळा पाहिलंय!’
‘पिक्चरसाठी पिक्चर नाहीच आज. तुला आमची अंजू आवडते की नाही?’
‘अंजूचा काय संबंध? तिलाही मी सिनेमा दाखवायचा काय?’
‘ज्या बालकमंदिरात तिचं नाव घालायचं आहे, त्याच्याच मदतीसाठी सिनेमा आहे.’
‘ज्या बालकमंदिराला सुरुवातीलाच मदत लागते अशा बालकमंदिरातच अंजूचं नाव घालायचं असा तुझा अट्टाहास का?’
‘आमच्याच बिल्डिंगच्या गच्चीवर ते बालकमंदिर होणार आहे.’
‘तिचं नाव दुसरीकडे घाल. रोज मी तिला शाळेत पोचवीन. घरी पण आणून सोडीन. पण सिनेमाचं धर्मार्थ तिकिट नको. हवं तर दरवर्षी अंजूला लागणारी पुस्तकं विकत घेऊन देईन, पण हा सिनेमा नको.’
पराजय पत्करायचा नाही, असा निश्चय करून आलेली निर्मला माझ्या चार-दोन युक्तिवादांना बळी पडणार नव्हती. माझ्या गहजबाकडे लक्ष न देता तिनं तिकीट फाडलं आणि शांतपणे ती म्हणाली,
‘तुझ्याकडे दहाची नोट असणार. मी सुटे पैसे आणले आहेत.’
गयावया करीत मी म्हणालो, ‘मला खरोखरच सिनेमात इंटरेस्ट नाही. हां आता बरोबर कंपनी इंटरेस्टिंग असेल तर जरासा विचार करीन.’
‘म्हणजे?’
‘म्हणजे असं? सांगूच का स्पष्ट– म्हणजे असं, आता तिकिटं तूच खपवते आहेस तर माझ्या शेजारी जरा ‘रंगीत प्रेक्षक’ येतील असं कर. नाहीतर एका बाजूला भैय्या आणि दुसऱ्या बाजूला एखादी काकूबाई, ‘तो तिला काऽऽय म्हणाला रेऽऽ?–’ असं विचारणारी; अगदी नको.’
तिकीट खपलं होतं, तेव्हा माझे विनोद ‘ॲप्रिशिएट’ करायला हरकत नाही असा मुत्सद्दी विचार करून निर्मला हसली. पुस्तक पिशवीत टाकत ती झटकन् उठली.
‘चल, तुला मस्त कंपनी देते.’
मी झटपट कपडे केले. कुलूप लावून बाहेर पडल्यावर निर्मला म्हणाली,
‘कंपनी देत आहे, पण केवळ गंमतीखातर नाही. मुलगी चांगली आहे. माझी मैत्रीण आहे. तुमची जोडी छान शोभेल.’
एवढं झटपट निर्मला काही करेल असं वाटलं नव्हतं. ती काय करणार आहे ह्याचा अजून पत्ता लागत नव्हता. माघार घेणं शक्य नव्हतं आणि घ्यावी असं वाटेनाही. अशी काही गंमत घडली तर मला ती नको होती थोडीच?

‘काय करणार आहेस?’
‘एका मैत्रिणीकडे जायचं आणि तिला तिकीट विकायचं.’
मी एकदम खूष झालो. निर्मलेकडे आदरानं पाहू लागलो. रंगात येऊन मी म्हणालो,
‘प्रथम तिला एक तिकीट वीक. नंतर तिच्या शेजारचं तिकीट मी घेणार. माझ्या घरी फाडलेलं तिकीट तसंच राहू दे. आता कसं!’
‘अगदी तसंच.’
मी हलकाफुल्ल झालो. न कळत शिट्टीवर गुणगुणू लागलो, ‘माझा होशील का?’
निर्मला मात्र गप्प होती.
‘का, गप्प का?’
‘तू एवढं लाईटली घेऊ नकोस. ती मुलगी खरोखर चांगली आहे. तुझा आणि तिचा जोडा जमावा ही माझी खूप दिवसांची इच्छा आहे. त्या दृष्टीनं तुझी आणि तिची आज ओळख करून देणार आहे. तेव्हा नुसती सिनेमापुरती कंपनी अशी दृष्टी न ठेवता कायमची साथीदार म्हणून तू तिला पाहावसं.’
‘आणि मला नाही आवडली तर?’ मी जरा गंभीर होत विचारलं.
‘तर नंतर तू तिकीट घेऊ नकोस.’
‘आयडिया!’ पैसे वाचल्याच्या कल्पनेनं मी खूष झालो.
‘ह्याचा अर्थ काय; तर तू सिनेमा पाहू नकोस असा नाही; तर तिच्या शेजारचं तिकीट मी तुला घेऊ देणार नाही. काय?’
‘काही नाही, तिकीट विकण्याच्या कामापेक्षा तू सेन्सॉर बोर्डात काम करायला जात जा.’
निर्मलेला मनापासून हसायला आलं.

त्रिवेणी मला मनापासून आवडली. प्रथम जर मी विरघळलो असेन तर तिचे काळेभोर टपोरे डोळे पाहून! माझी पहिली विकेट तिथंच पडली. उरलासुरला ‘मी’पणा पांढऱ्या शुभ्र दंतपंक्ती पाहिल्या तेव्हा नाहीसा झाला. साध्याच दोन वेण्या; पण वळण फारसं आकर्षक नसतानाही त्या वेण्या तिनं डोक्यावर नेऊन एकमेकींना गाठ मारल्यामुळे निराळीच गंमत आली होती. मूळचा उभा चेहरा आणखीच उभट वाटला. जिवणी लहान नव्हती पण बंद पाकळ्यांसारख्या ओठांच्या ठेवणीमुळे जिवणी मोठी असूनही निग्रही वाटत होती.
पाठमोरी होऊन स्वयंपाकघरात ती वळली तेव्हा वेण्या वर बांधण्याच्या पद्धतीमुळे सावळी पण बाकदार मान दिसली. त्या मानेच्या ताठ्यात काही मुग्ध

खुमारी होती. एखाद्या कुशल चित्रकारानं उंचीच्या मानानं बाकीच्या अवयवांची ठेवण साक्षेपानं साधावी अशा बांध्याची ती काहीशी रिझर्व्हड् वाटणारी त्रिवेणी मला आवडली! म्हटलं, मान कलती करून, मुळचे टपोरे डोळे आणखी मोठे करीत, शुभ्रपंक्ती दाखवत जेव्हा ती खळखळून हसे तेव्हा काहीही हरावं– काहीही विसरावं.

'उरलेली सगळी तिकीटं मी विकत घ्यायला तयार आहे.' मी चटकन् निर्मलेला म्हणालो. त्यातल्या त्यांत तिनं मला विचारलं.

'तू मात्र एकाच खुर्चीवर बसणार ना?'–

सरबताची चव त्रिवेणीच्या सुग्रणपणाची साक्ष देत होती. सरबत बर्फाचं होतं. खालच्या हॉटेलातून तिनं बर्फ केव्हा आणला हे समजलं नाही. समजली ती तत्परता व अगत्य! आइसफ्रूट केव्हा विरघळलं हे जसं आतल्या लाकडी पट्टीला समजत नाही तसा माझा विरोध केव्हा विरघळला हे मनाला समजलं नाही.

बाहेर पडल्यावर मी निर्मलेला जिन्यावर थांबवली. त्रिवेणीच्या शेजारचं तिकीट प्रथम ताब्यात घेतलं.

'माझी अट लक्षात आहे ना?' निर्मलेनं जाणीव करून दिली.

'पण काय गं, सोळा नंबरची खुर्ची आणि सतरा नंबरची खुर्ची दोन्हीत गँगवे नाही ना? म्हणजे आमचा चांगलाच आबा व्हायचा!'

'डोन्ट वरी!' गँगवे बाविसाव्या खुर्चीनंतर आहे.

नंतरचे आठ दिवस! मनासारखे कपडे, चांगले रुमाल आणणं, सेंटच्या बाटल्यांची खरेदी– आणि रविवार कधी येतो ह्याची प्रतीक्षा! त्या आठ दिवसांत काय आठवू नये? गालिबचे शेर, अर्थपूर्ण भावगीतं– फडक्यांच्या कादंबरीतले मीलनाचे प्रसंग, टपोरे डोळे– दंतपंक्ती– वर बांधलेल्या वेण्या– उंच मान– बर्फाचं सरबत... अनेक... अनेक.

दहा–दहा वेळा जामानिमा ठीक जमल्याची खात्री करून घेत मी बाहेर पडलो. छातीतले ठोके मोजीत थिएटरपाशी आलो. सिनेमा सुरू व्हायला अवकाश होता. वेळात वेळ काढून निर्मला शुभेच्छा व्यक्त करून माझा थाट पाहून गेली! दोन्ही घंटा झाल्यावर, अंधार पडल्यावर मी आत जाऊन बसलो, मनातल्या मनात शेजारच्या रिकाम्या खुर्चीला मी भावनेनं नमस्कार पण केला– आणि, सांगायची गोष्ट म्हणजे शेजारची उघडी करून ठेवलेली खुर्ची सिनेमा सुटला तरी भरली नाही. सिनेमा सुटला तेव्हा निर्मला धावत पळत भेटायला आली. मी म्हणालो, 'राह न थी हमारी किस्मत की जो विसालेयार होता; अगर और जीते रहते तो यही इन्तजार होता.' 'शुद्ध मराठीत बोल!' निर्मला आवाज चढवून

म्हणाली. हताशपणे मी म्हणालो, 'ह्याचा अर्थ प्रियेचं मीलन आमच्या नशिबातच नव्हतं. परमेश्वरानं आणखी जिंदगी दिली असती तर तीही अशीच वाट पाहण्यात गेली असती.'

–निर्मलेकडून तपशील समजला; दोन-तीन दिवसांनी. अचानक कामासाठी सिनेमाच्या आधल्याच दिवशी त्रिवेणीच्या घरची मंडळी गावाला गेली होती. आणखीन पंधरा दिवसांनी समजलं की त्रिवेणीचं लग्न जमवायला घरची मंडळी गावाला गेली होती; आणि येताना लग्नाचं नक्की करून आली होती. –टपोर्‍या डोळ्यांपासून थंडगार सरबतापर्यंत सर्व आठवलं. अगदी ढवळून निघालं. त्या आठवणीची फुलं सुकू नयेत म्हणून धडपड करण्यात अर्थ नव्हता, सुकलेली फुलं जपण्यातही स्वारस्य नव्हतं. दुसर्‍यासाठी फुललेली वेल! तिच्या फुलांचा सुगंध ताजेपणी काय किंवा सुकल्यावर काय– आपल्याला घेण्याचा अधिकार! थंडगार सरबतातला फक्त बर्फच तोही वितळून जाणारा आपल्या वाटणीला यायचा होता तर!

अनुराधेशी माझं लग्न झालं ते रीतसर दाखवण्याचे वगैरे सोहाळे होऊन अगदी पूर्वीच्या पद्धतीनं. माझी खास पसंती नव्हती आणि विरोधही नव्हता. अनुराधेची त्रिवेणीशी तुलना होऊ शकत नव्हती. तसं पाहू जाता कुठल्याच मुलीशी कुणाचीही तुलना होऊ शकत नाही. होत असल्यास करू नये. प्रत्येक व्यक्तीला तिचं स्वत:चं असं व्यक्तिमत्त्व असतं, वैशिष्ट्य असतं, आगळे पैलू असतात. त्रिवेणीचा विसर पडू शकेल एवढं चातुर्य, लाघव अनुराधेजवळ नक्कीच होतं. पण चाफ्याच्या सुगंधानं धुंद होणारा माणूस– मोगर्‍याच्या वासाला विसरतो असं थोडंच आहे?

योगायोग तरी पाहा. लग्नानंतर पहिलावहिला सिनेमा कोणता पाहायचा असं विचारल्यावर अनुराधा पटकन् म्हणाली, 'लाखाची गोष्ट' पाहू या. मॉर्निंग शो लागलाय?

–आज शेजारच्या खुर्चीत– रिकाम्या खुर्चीत अनुराधा होती! लग्नानंतरचा पहिला सिनेमा! अनुराधेचा स्पर्श वास्तविक तेवढा नवीन नव्हता. तरीपण आज तो निराळा वाटत होता.

–नेहमी दिसणारं आकाश एखाद्या दिवशी भव्य वाटतं. पाण्याला पण कधी कधी निराळी चव येते, नेहमीच्या स्पर्शात निराळी स्निग्धता वाटते. आपल्या मनाची भावनाच काही काही वेळा वातावरणात मिसळते. एकरूप होते, आणि मग आकाश भव्य वाटतं– पाण्याची चव बदलते– स्पर्शात स्निग्धता येते. ती भव्यता– ती चव– ती स्निग्धता आपल्याच मनाची असते. सगळं विश्व आपलं

वाटतं, कारण आपलं मन त्यात सूक्ष्म वावरत असतं.

आज चित्रपटाला वास होता. पांढऱ्या निर्विकार पडद्याला चव होती. अनु मात्र गप्प होती.

'का ग चूपचाप?'

'उगीच.'

'तरीपण?'

'विशेष काही नाही.'

'नाही, सांगायलाच हवं.'

'अहो पण, खरंच काही नाही.'

'पुढचा सिनेमा सुचू नये असं वाटतं का तुला?'

'मी सांगेन. पण वेडावाकडा अर्थ नाही घ्यायचा.'

'नाही घेणार. शपथपूर्वक.'

'गंमत झाली. वर्षापूर्वी हाच सिनेमा लागला होता. धर्मार्थ होता. माझी एक मैत्रिण, परवा भेटली ती! ललिता– तिनं तिकीटं खपवायला आणली होती. मी त्यापूर्वी चार-पाचदा हा सिनेमा पाहिला होता. मी चेष्टेनं म्हणाले तिला, चांगली कंपनी देत असलीस तर घेईन तिकीट...'

खण् ण् ण् ऽ ऽ! बाहेर व्हरांड्यात एका ट्रेमध्ये पिवळ्या रंगाचे सरबताचे ग्लास मांडले होते आणि वेटर बाटली फोडण्याचा लोखंडी चिमटा ग्लासांवरून आपटत फिरवत होता. उंच मानेची बाई... त्यातला एक ग्लास...

'हे हो काय? तुमचं लक्षच नाही माझ्या सांगण्याकडे. त्या सरबताच्या ग्लासांकडे काय पाहताय?'

'अग ऐकतोय ना मी. माझं लक्ष आहे. सांग पुढं चांगली कंपनी देत असलीस तर...'

अनुराधा पूर्वीच्या उत्साहानं सांगू लागली.

'आणि खरोखरच तिनं एक तिकीट तिच्या मावसभावाला विकलं आणि त्याच्या शेजारचं मला घ्यायला लावलं. आणि मी तरी पाहा कशी खुळचट, उगीचच गंमत म्हणून मी तिकीट घेतलं.'

'आणि दोन खुर्च्यांच्या मध्ये नेमका गँगवे आला असता म्हणजे!' मी विचारलं. आणि मला भलताच इंटरेस्ट लागला आहे या जाणिवेनं फुलून जात अनु म्हणाली, 'अय्या त्या वेळी ते डोक्यातच नाही आलं. आणि पुढं ऐका ना, मी मग ठेवणीतले कपडे घातले...'

'नवीन रुमाल आणले...' मी मध्येच बोललो.

'हो आणि मग जामानिमा करून चांगली तासभर आधी बाहेर पडले. तेव्हा मी

असं का केलं कुणास ठाऊक...'

अनु बोलत होती. माझ्यासमोर डोक्यावर बांधलेल्या वेण्या, टपोरे डोळे उभे राहात होते. अनु सांगतच होती...

'आणि बरं का, मी थिएटरवर आले. आत येऊन बसले. आणि ...'

ह्यापुढचं मला काहीच ऐकवणार नव्हतं. काहीच सुखवणार नव्हतं. बाहेर व्हरांड्यात वेटर सरबताच्या ग्लासांवर अजून चिमटा आपटत होता. वर बांधलेल्या वेण्या– उंच सावळी मान... धवल पंक्ती...

अनुराधा सांगत होती.

'आणि बरं का...'

तिला मध्येच अडवून मी विचारलं,

'आणि शेवटपर्यंत तो मावसभाऊ आलाच नाही ना?'

♦

उगा जे घडलेचि नाही

'ह्या गृहस्थांनी सरलाबाई सरवटे ह्या बाईंचा विनयभंग केला आहे. ह्या प्रकरणाचा जाब विचारण्यासाठीच आजची ही सभा भरवण्यात आली आहे. आपल्यासारख्या मध्यमवर्गीय लोकांच्या चाळीत असले प्रकार राजरोस व्हायला लागले तर पुढच्या पिढीचं जीवन फारच धोक्यात येईल. आपल्या इथल्या सहजीवन मंडळाचा अध्यक्ष ह्या नात्यानं, अधिकारानं, ह्या प्रकरणाची चौकशी व्हावी एवढ्यासाठी मी आजची सभा बोलावली आहे. सभेच्या कामास सुरुवात झाली आहे. श्री. देसाई, तुम्ही सरलाबाई सरवटे ह्यांचा विनयभंग केला आहे अशी तक्रार आहे, ह्याबाबत तुम्हाला काय म्हणायचं आहे?'

–अध्यक्षांकडे एक कटाक्ष टाकून दिनकर देसाईनं विचारलं, 'हा आरोप कुणी केलाय?

'स्वत: सरलाबाई सरवटे ह्यांनी'– अध्यक्षांनी ठासून सांगितलं.

'विनयभंग माझ्याच हातून घडलाय ह्याची ह्या बाईंना खात्री आहे का?'

'त्याखेरीज कोणाही सोम्यागोम्याचं नाव कोणी घेईल का?– विनयभंग कोणाकडून व्हावा ह्याचा बायकांना 'चॉईस' नसतो. मग तो विनयभंग होणारच नाही!'

आपण किती मुद्देसूद बोललो ह्या अर्थानं अध्यक्षांनी सर्वत्र अभिमानानं पाहिलं. अध्यक्षांना मानल्याशिवाय गत्यंतर नाही अशा अवस्थेतल्या माणसांनी अध्यक्षांचे बोलणं उचलून धरलं, दिनकर देसाई मात्र शांत होता. अध्यक्षांचे कौतुक संपल्यावर तो शांतपणे म्हणाला,

'श्रीमती सरवटे ह्यांची जर खात्री असेल तर मला गुन्हा कबूल आहे.'

–दिनकर देसाईच्या ह्या सरळ तडकाफडकी गुन्हा कबूल करण्याच्या जबानीमुळं, तिथं एकच खळबळ माजली. सर्वांत चुटपुट लागली ती अध्यक्षमहाराजांना! 'लॉ'चा अभ्यास थोडाफार करूनही वकिली न आल्यानं त्यांची 'करियर' हुकली होती. तरीही ह्या ना त्या प्रसंगी ते आपलं 'वकिली' धोरण व 'वक्तव्य' दाखवल्याखेरीज राहात नसत. आज चाळीतल्या बहुतेक सर्व लोकांसमोर आपलं

कसब आपल्याला पुन्हा एकदा प्रस्थापित करता येईल ह्याचा त्यांना केवढा हर्ष झाला होता. पण ह्या दिनकर देसाईनं सगळा विचका करून टाकला. गाढवानं लगेच गुन्हा मान्य, आरोप कबूल म्हणून सांगितलं. बरं नाही आज नशीब! असो. ह्याचा वचपा आता त्याला कडक शिक्षा फर्मावण्यात काढायचा. हल्लीच्या दिवसांत 'अगदी कडक' शिक्षा काय होऊ शकेल? कायदा आपल्या हातात घेतला असं न होता दिनकर देसाईला सहजीव मंडळाच्या वतीनं कडक सजा कोणती देता येईल? येस् करेक्ट! त्याला त्याची कोपऱ्यावरची, मोक्याची खोलीच सोडायला सांगायची. बस बस, ह्यांसारखी शिक्षा नाही.

आपल्याला योग्य शिक्षा वेळेवर सुचली ह्याचा आनंद वाटून, त्याच आनंदात अध्यक्षांनी टेबलावरची घंटी वाजवायला सुरुवात केली. हॉल शांत झाला. अध्यक्ष आपल्या ठेवणीतला आवाज काढून म्हणाले.

'श्री. देसाईंनी गुन्हा कबूल केला आहे तेव्हा सभेचे काम सुकर झालं आहे. श्री. देसाई यांनी त्यांच्या या अशिष्ट वर्तनाबद्दल सरलाबाई सरवटे ह्यांची लेखी माफी मागावी आणि त्यांनी राहती जागा सोडून द्यावी, असं मी सहजीवन मंडळाच्या वतीनं फर्मावतो.' पुन्हा एकवार सगळीकडे गडबड, एकमेकांत चर्चा सुरू झाली. एकमेकांत चर्चा करीत असतानाच, दिनकर देसाई जर खरोखरच ती जागा सोडून गेला तर त्याची जागा मिळविण्यासाठी काय युक्ती करावी ह्याचा प्रत्येकजण स्वतंत्र विचार करीत होता. परत हॉलमध्ये गोंगाट सुरू झाला. अध्यक्षांनी तो गोंगाट वस्तुतः थांबवायचा, पण दिनकर देसाईंच्या जागेचा तेही विचार करीत होते. शेवटी तो गोंधळ थांबवला देसाईनं. तो मोठ्यांदा म्हणाला, 'थांबा, ऐकून घ्या.' लोकांची कुजबूज हळूहळू थांबली.

'अध्यक्षमहाराजांना मला एक शंका विचारायची आहे.'

'विचारा.'

'माझ्याऐवजी हा गुन्हा आणखी कुणी केला असता, तर त्यालाही ह्याच स्वरूपाची शिक्षा झाली असती काय?'

काही क्षण विचार करून अध्यक्ष 'हो' म्हणाले. त्यावर देसाई ताडकन् म्हणाला, 'अध्यक्षमहाराज, मग मला गुन्हा नाकबूल आहे. एवढंच नव्हे, तर खरा गुन्हेगार कोण आहे तेही मी पुराव्यानं शाबीत करू शकतो.'

ह्या खुलाशासरशी मात्र तिथं न आवरता येण्यासारखी गडबड सुरू झाली. अध्यक्ष महाराज एकीकडे दचकले तर एकीकडे पुनः वकिली बाणा दाखवायला वाव मिळतोय म्हणून सुखावले. तरीही पुराव्यानिशी गुन्हेगार सादर करतो म्हटल्यावर ते विचारातच पडले होते. पण जाहीर रीत्या मिळालेलं हे आव्हान आता स्वीकारायला हवंच होतं. आपापसात चर्चा करणारी माणसं मात्र एकंदरीनं

प्रसन्न दिसत होती. त्या चाळीत बरेच दिवसांत कोणताही सनसनाटी प्रकार घडला नव्हता, तो आज घडत होता. काहीतरी बोलायला सुरुवात केल्याखेरीज गलका थांबणार नाही हे ओळखून दिनकर बोलायला लागला. हळूहळू लोक शांत झाले. अध्यक्षमहाराजांनी विचारलं, 'श्रीयुत देसाई, गुन्हेगार कोण ते ऐकायला ह्या लोकांप्रमाणेच मीही उत्सुक आहे. तेव्हा त्याचं नावं लवकर जाहीर व्हावं!'

'ठीक. पण तत्पूर्वी मला सरलाबाईंना काही प्रश्न विचारावयाचे आहेत.'

—सरलाबाई अध्यक्षांच्या पलीकडे उभ्या राहिल्या. दिनकरनं विचारलं,

'बाई, विनयभंग कुठं झाला आपला?'

'चाळीच्या जिन्यात!'

'किती वाजता?'

'संध्याकाळी साडेआठ वाजता.'

'एवढ्या रात्री तुम्ही कुठं एकट्याच भटकत होतात?'

—ह्या सवालाला अध्यक्षांनी गैरलागू प्रश्न म्हणून हरकत घेतली. दिनकरनं पुढचा प्रश्न विचारला,

'साडे आठ, म्हणजे तेव्हा जिन्यातले दिवे लावतात ना!'

'हो. ते हल्ली सात वाजताच लागतात. पण, सव्वाआठ वाजताच काल फ्यूज गेला होता म्हणून सर्वत्र अंधार होता.'

'आता सरलाबाई, एकच प्रश्न! तुम्ही ज्या वेळी जिना चढत होतात तेव्हा तुमच्याबरोबर म्हणा किंवा तुमच्या उलट दिशेनं म्हणा, तुमच्या मागे, अथवा तुमच्या पुढे गेलेली, अशी काही चाळीतली मंडळी असतीलच की नाही.'

'हो.'

'तेवढंच जरा आठवून सांगाल का?'

'सांगते ना, एक तर तुम्ही समोरून जिना उतरत आलात.'

'आलो. आणखीन?'

'आणखीन... आणखीन... अध्यक्षमहाराज माझ्या पाठोपाठ येत होते. आणि रमेश क्लबमधून परतला होता, पण तो दोन-दोन पायऱ्या गाळून घरापर्यंत पोहोचलाही होता. त्याशिवाय...'

'राहू दे, राहू दे. थोडक्यात म्हणजे ह्या वेळी मी एकटाच तिथं नव्हतो हे खरं.'

'होय.'

'बरं आता, नक्की काय घडलं ते सांगाल का?'

—सरलाबाई थोड्याशा लाजल्या. पण आता बाकीच्या सभेचे डोळे त्यांच्याकडे लागले होते. सांगण्यावाचून इलाज नाही अशी खात्री होताच सरलाबाई

म्हणाल्या,
'मला कुणीतरी पाठीमागून मिठी मारण्याचा प्रयत्न केला.'
'थँक्यू, कुणीतरी म्हणजे मग मी नव्हे.'
सरलाबाई गडबडून खाली बसल्या. आपण बोलताबोलता चकवल्या गेलो हे त्यांच्या लक्षात आलं. अध्यक्षांच्या अंगाचा मात्र तिळपापड झाला. एक तर वकील नसूनही दिनकर देसाईनं उलटतपासणी फार चांगली घेतली होती; आणि महत्त्वाचा साक्षीदारच त्यानं कुचकामाचा करून सोडला होता. आता केस उभी राहू शकत नव्हती. आणि दुसरं म्हणजे, त्या सर्व संदर्भात त्यांचं नाव नको त्या तऱ्हेनं घेतलं गेलं होतं. सभा बरखास्त करण्याच्या इराद्यानं ते उभे राहिले.
तेवढ्यात दिनकर म्हणाला,
'अध्यक्षमहाराज, बसा, सभा तशी निकाल लागल्याखेरीज बरखास्त व्हायची नाही. विनयभंग कोणी केलाय हे मला प्रत्यक्ष माहीत आहे. मला सुनावलेली शिक्षा त्या व्यक्तीला मिळाल्याशिवाय ही सभा संपणार नाही.'
–तेवढ्यात सभेतून एक आवाज आला.
'देसाई, उगीच जीभ टाळ्याला लावू नका. पुरावा दाखवा आणि नाव सांगा.'
–दिनकर देसाईनं आवाजाच्या रोखानं पाहिलं, आणि तो म्हणाला,
'पुराव्यादाखल नावं माझ्या चोपडीत फोटोसकट आहेत. आणि तो पुरावा, जर मला उजेडात आणायचा नसेल तर वर्षांच्या शेवटी, प्रॅक्टिकल्स न केल्यामुळे जेव्हा फॉर्म देणार नाहीत तेव्हा तुमच्या घरी पुरावा आपोआप मिळेल नाही का?'
–तो अनाहूत आवाज गप्प झाला. बाजू ह्या प्रश्न करणाऱ्या माणसावर उलटली होती. 'प्रॅक्टिकल्स'च्या नावाखाली तो नेहमी घरातून बाहेर पडायचा. तो कुठं जात असे ते त्यानं आत्तापावेतो मोठ्या कौशल्यानं लपवून ठेवलं होत. पण आता तो गौप्यस्फोट जाहीररीत्या झाला होता. ती व्यक्ती मुकाटपणे तिथून उठून गेली. तो घडलेला प्रकार सौ. जानकीबाईंना आवडला नाही. जानकीबाईंची खरी ऐपत स्वत:च्या मालकीची बिल्डिंग बांधण्याची व ऐटबाज ब्लॉकमध्ये राहण्याची. पण असं स्वतंत्र राह्यलं म्हणजे मग श्रीमंतीचा डौल दाखवून चार सामान्य माणसांना हिणवता येत नाही म्हणून त्या दाटीवाटीनं चाळीतच राहात होत्या. त्या सात्त्विक संतापानं म्हणाल्या,
'दुसऱ्यावर आरोप करून हिणवलं म्हणजे काही मूळ मुद्दा डावलता येत नाही.'
त्याच्याकडे शांत नजरेनं पाहात देसाई म्हणाला,
'बाईसाहेब, अकारण मधेमधे बोलण्यापेक्षा आपण आपलं बॅडमिंटन सुधारलं तर बरं! एवढी वर्ष आपण खेळताहात, पण, शटलकॉक् कोणतं आणि पार्टनरचा

हात कोणता हे आपल्याला चटकन् समजत नाही.'
–देसाईंच्या ह्या आरोपावर जानकीबाई भिजलेल्या मांजरीसारख्या दिसू लागल्या.
'नॉनसेन्स'– आबासाहेब कोपऱ्यातून ओरडले. सर्वांनी चमकून आबासाहेबांकडे पाहिलं. तेव्हा दिनकर देसाईंकडे बोट दाखवीत आबासाहेब अध्यक्षांना म्हणाले,
'ह्याचा हा चावटपणा बंद करा!'
तेवढ्यात दिनकर देसाई म्हणाला,
'आबासाहेब, गुपचूप केबिनमध्ये बसून स्टेनोजवळ केलेल्या चावटपणापेक्षा हा सभेतला 'खुल्लमखुल्ला' चावटपणा जास्त चांगला नाही काय?'
'थोबाड फोडून देईन.' आबासाहेब गरजले. आबासाहेबांच्या पाठोपाठ आबासाहेबांची शैला म्हणाली,
'नाहीतर काय?– उगीच सगळ्यांवर शिंतोडे–'
लगेच त्यावर हळहळ व्यक्त करीत दिनकर म्हणाला,
'अरेरे, शैलाताई, तुम्हाला फारच वाईट वाटतंय वाटतं? पण काय हो, तुम्ही आत्ता इथं कशा?– का सुरेशनं आजही मेट्रोची तिकिटं आणतो असं सांगून फसवलेलं दिसतंय!– अरेरे, फार वाईट.'
शैला त्यावर पाय आपटीत निघून गेली. ह्या सर्व प्रकारावर दिनकरचं तोंड बंद करता येईल असं आपणच बोलू असं प्रत्येकाला वाटत होतं. पण एकंदरीत अनुभव पाहता बाजू उलटतच आली होती. दिनकर देसाई प्रत्येकाची बिंगे फोडीत होता. उगीच कशाला 'हात दाखवून अवलक्षण' ह्या विचारानं सगळे गप्प बसले. सर्वत्र एक तऱ्हेची विलक्षण अस्वस्थता निर्माण झाली. ती अस्वस्थता तशी कमी व्हायची नव्हती आणि ती घालवण्याची ताकदही कुणात नव्हती. पण असं जरी होतं तरी निर्माण झालेला मुद्दा– पेच– तो सुटत नव्हता. त्याचा जाब हवाच होता. निकाल लागायला हवाच होता. अध्यक्षांची 'वकिली दातखीळ' बसली होती. तरी शेवटी ते म्हणाले,
'बरं, मग देसाई, ह्या इतर गोष्टी सोडा. सरवटे ह्यांच्या कैफियतीचं काय? तुम्हाला नाव माहीत असेल तर सांगून टाका व पुरावा सादर करा.'
'शिक्षेच काय?'
'जी पहिल्यांदा सांगितली तीच.'
'ठीक आहे. मग अध्यक्षमहाराज, विनयभंग आपण स्वत:च केला आहात.'
अध्यक्षमहाराज रागानं लाल होत उभे राहिले. ते थरथर कापायला लागले. त्यांचा स्वत:वरचा ताबा सुटला. जोरजोरानं टेबलावर मूठ आपटीत ते म्हणाले,
'पुरावा काय? पुरावा काय?'
माझ्याजवळ फोटो आहे.'

'दाखवा, आणा इकडे.

'माफ करा. फोटो मी आपल्याला तसा देणार नाही. तुम्ही त्याची विल्हेवाट लावलीत तर? ह्या सभेत ज्या व्यक्तींवर तुमचा विश्वास आहे, अशा तीन व्यक्ती दाखवा. तो फोटो मी त्यांनाच बघायला देईन.'

'सांगा सांगा!' सभेतून आवाज आला.

अध्यक्षमहाराजांनी तीन व्यक्ती निवडल्या. त्यातली एक व्यक्ती खुद्द सरलाबाई सरवटे होती. त्या तिघांना तो फोटो दाखवण्यात आला. सरवट्यांना पाठीमागून मिठी मारण्याच्या प्रयत्नात असलेले प्रत्यक्ष, स्वत: अध्यक्षमहाराज आहेत ह्याची तिघांनाही खात्री पटली. फोटो आपल्या ताब्यात घेत देसाई म्हणाला,

'पटली खात्री? निघालो मी. लोकहो, आज इथं ज्या काही सभ्य (?) लोकांवर मी आरोप केले, त्यांचेही पुरावे माझ्याकडे फोटोच्या स्वरुपात आहेत. त्याशिवाय, ज्यांच्यावर मी काही आरोप केले नाहीत अशांचेही अनेक फोटो माझ्यापाशी आहेत. त्या फोटोच्या जोरावर मी काहीही कारस्थान करू शकतो. पण माझा तो पिंड नाही. आज हे बोलण्याची वेळ आली नसती. तुमच्या भानगडीशी मला कर्तव्य नाही व नव्हतंही. पण कारण नसताना तुम्ही मला तुमच्या पंगतीला बसवण्याचा प्रयत्न करीत होतात आता मला सर्वांचा विचार करायला हवा. येतो मी.'

दिनकर देसाई ताडकन् निघून गेला. त्याला थांबवण्याचं सामर्थ्य कुणातच नव्हतं. दुसऱ्या दिवशी दिनकर देसाईच्या घरी रीघ लागली. एकमेकाला चुकवीत प्रत्येकजण त्याला भेटायला धावत होता. त्यात तरुण होते, तरुणी होत्या. विवाहित होते, विधूर होते, विधवा होत्या. दोन-दोन मुलांचे बाप होते, तशाच त्यांच्या आयाही होत्या. दिनकर देसाईला तसं कुणालाच आयुष्यातून उठवावं असं वाटत नव्हतं. पण त्याच वेळी ह्या सगळ्या लोकांना शासन केल्याशिवाय सोडायला तो तयार नव्हता. प्रत्येकाला त्याच्या स्वैर वर्तनाची किंमत मोजायलाच हवी, हे तो प्रत्येकाला सांगत होता. किंमत गुन्ह्याच्या स्वरूपाच्या मानानं कमी-जास्त होत होती. तरीही कुणाचे कमी, कुणाचे जास्ती असं करता त्याने बाराशे रुपये जमवले होते. प्रत्येकाच्या निगेटिव्हज, कुणाची पत्रे, असं त्याने सीलबंद पाकिटातून प्रत्येकाला पोहोचवले होते. त्या सर्व गोष्टी करताना तो प्रत्येकाशी अत्यंत आदराने आणि फारच मार्दवानं बोलत होता. त्यामुळे आदल्या रात्री खवळलेले सगळे शांत झाले होते. एवढेच नव्हे, तर दिनकर देसाईसारखा सरळ स्वभावाचा एकही गृहस्थ जगात सापडायचा नाही, असा प्रत्येकानं निर्वाळा दिला होता आणि तेही खोट नव्हतंच. एखाद्या माणसानं एवढ्या भांडवलावर प्रत्येकाची केवढी बदनामी केली असती? दुसऱ्या दिवशी

रात्री गाडीत बसल्यावर सरला म्हणाली, 'दिना, तुझं धाडस बाकी औरच.'
'करायलाच हवं. त्या चाळीतला प्रत्येक लहान-थोर पुरुष तुझ्यावर 'लाईन' मारीत होता हे मला माहीत होतं. त्यांची जिरवण्याचा तेवढाच मार्ग होता.'
'हो पण, फोटोचं काय?'
'अध्यक्षांचा फोटो ना? त्या प्रसंगाचा फोटो मी मुद्दाम काढवून घेतला होता. मुख्य म्हणजे फोटो पाठीमागून काढला होता हे एक आणि विश्वासपात्र माणसं म्हणून ज्या तीन माणसांना त्यांनी निवडलं त्यातील एक तूच होतीस आणि दुसरे दोघे त्याच्यावर मनातून नेहमी जळत असत. त्यांना त्यांचा सूड घ्यायचा होता.'
'ते झालं रे, पण आज दिवसभर तू निगेटिव्ह्ज वाटल्यास त्या कोणत्या?'
'त्यातली तरुण-तरुणींना वाटलेली पाकिटं– त्यात नुसते कागद आहेत. तरुण लोक अविचारी व उतावीळ. पाकिटं न पाहता त्यांनी ती ताब्यात घेतली. वयस्कर लोक होते ना, त्यांनी निगेटिव्ह्ज पाहण्याचा चोखंदळपणा दाखविला, पण त्यातलं त्यांना काहीच कळत नव्हतं, पण प्रत्येकाने तुला ह्या ना त्या कारणानं प्रत्यक्ष अप्रत्यक्ष सतावलेलं होतं त्यांची त्यांना भीती होती व अध्यक्षांचा फोटो खरा म्हटल्यावर सगळेच हबकले.'
– सरला सरवटे दिनकरवर खुष होती. आणि का नसणार?
– जागा सोडताना दिनकरनं नऊ हजार पागडी मिळवली होती आणि कमी पडणारे बाराशे रुपये लोकांकडूनच मिळविले होते. त्याशिवाय सरलासारखी प्रेयसी! आणखीन काय हवं?

♦

तक्षक

अगदी सहज जावंसं वाटलं म्हणून मी कांताच्या बिल्डिंगकडे वळलो. त्याला पुष्कळ दिवसांत मी भेटलो नव्हतो. तो एक बडा ऑफिसर झाल्याचं मला किती तरी महिन्यांपूर्वी समजलेलं होतं. त्याला त्या वेळी मी एखादं कार्ड टाकून त्याचं अभिनंदन करायला हवं होतं. पण प्रत्यक्ष भेटू असं म्हणता म्हणता कार्डही टाकणं झालं नाही आणि भेटायलाही जमलं नाही. आज भरपूर वेळ होता. घरातून निघतानाही 'केव्हाही येईन' असं सांगून बाहेर पडलो होतो. घरी वाट पाहतील ह्याची विवंचना नव्हती. कांताच्या घरात एकदा पाऊल पडलं म्हणजे हातावरच्या घड्याळाकडे तास-दोन तास तरी पाहायला नको.

दरवाज्यावर आवाज करून मी उभा राहिलो. कांताच्या बायकोनं दार उघडलं तर ती ओठांचा चंबू करून म्हणणार,

'अय्या तुम्ही?'– हे ठरलेलंच!– कांतानं स्वत: दार उघडलं तर, चपला काढून देण्याचा अवसर न देता तो तिथंच मिठी मारणार हेही ठरलेलंच.

पण आज गड्यानं, अनोळखी गड्यानं दार उघडलं. परिस्थिती सुधारल्यावर, बडा ऑफिसर झाल्यावर कांता नोकर ठेवू शकतो हे माझ्या लक्षातच आलं नव्हतं!

'कोण हवंय?'

'साहेब आहेत का?'

'कोण आलंय म्हणून सांगू?'

मी नाव सांगितलं. गडी निघून गेला. कांताच्या घरी गेल्यावर असं उभं राहवं लागेल अशी अपेक्षा नव्हती. कांता लगेच आला पण तेवढा वेळही मला फार मोठा वाटला.

'अरे ये ना.' –मला असं म्हणतानाच त्यानं गड्याला सांगितलं. 'ह्या साहेबांना कधी थांबवायचं नाही असं.'

कांताच्या पाठोपाठ मी दिवाणखान्यात गेलो आणि पटकन् मला वाटून गेलं, 'आजची आपली येण्याची वेळ चुकली.'

'बस, मी आलोच. आमच्या ह्या जागेत तू आज प्रथम आलास ना?'–
'होय, पहिल्यांदाच.'
कांता आत गेला; आणि मी खोलीतला तो थाटमाट पाहात राहिलो. मुद्दाम मागविलेली लांबलचक चारपाच टेबलं एकमेकांना जोडून लावली होती. त्याच्यावर पांढरे स्वच्छ, कडक इस्त्रीचे, अद्यापि स्टार्चचा विशिष्ट वास येणारे टेबलक्लॉथ टाकलेले होते. टेबलांच्या भोवती सुमारे वीस-बावीस खुर्च्या, आज्ञाधारक सैनिकाप्रमाणे रांगेत उभ्या होत्या. ग्लासाग्लासांतून परीटघडीचे गुलाबी नॅपकिन्स, दुमडून ठेवलेले होते. पाण्याचे मोठे काचेचे, मधे पोट फुगलेले भांडे मध्यावर होते. बाहेरून त्याच्यावर बारीक बारीक थेंब साठले होते. पाणी 'फ्रीज' मधले असावे. हॉलमधील हे सर्व वातावरण भारून टाकणारा गरम मसाल्याचा वास सर्वत्र पसरला होता. या सर्व वातावरणात मीच काय तो अनाहूत, उपरा होतो मला स्वत:लाच मी तिथं विसंगत भासत होतो. कांता बाहेरच्या खोलीत येताच मी उठलो व म्हणालो,
'कांता, मी निघतो. तुझ्या घरात गडबड दिसत्याय.'
'आहे गडबड जराशी. पण तू थांब. जायची घाई कशाला? थोडं खा. मग जा.'
'नको. तेवढ्यात कोणीतरी येईल आणि मग तुझी पंचाईत. माझ्याशी बोलायचं का त्यांच्याशी?'
कांताला ते पटलं; पण पुन: मला ह्या पार्टीला न बोलावता काही अपराध केलाय अशा स्वरात तो म्हणाला,
'तुला थांब म्हणालो असतो. पण आज जरा निराळा मामला आहे.'
मी उगीचच अवघडलो होतो. मला असा कबुली जबाब कुठं हवा होता? मी बाहेर पडलो. मला हायसं वाटलं! फुटपाथवर येतो न येतो तोच तीन-चार भपकेबाज मोटारी समोर येऊन उभ्या राहिल्या. आतून बडी धेंड बाहेर पडली. त्यातल्या काही लोकांना मी पाहिलं आणि आजचा मेजवानीचा रंग कोणता असेल, ह्याचा चटकन् उलगडा झाला.
शेवटी हे असं होतं तर!–
आज कांता 'होस्ट'– आणि हे सर्व 'गेस्ट'– एक तिरस्कारयुक्त हुंकार टाकून मी पुटपुटलो.
'बर्डस् ऑफ द सेम फेदर्स.'
हाच कांता! होय. हाच तो दहा वर्षांपूर्वी रात्री साडेनऊ दहाच्या पुढं माझ्या घरी अकल्पित आलेला! बोटभर दाढी वाढलेली, डोळे खोल गेलेले, आवाज खाली आलेला, एरव्हीची शान गमावलेला. त्या वेळी तो आला तेव्हा मला असंच फार चोरट्यासारखं वाटलं. लाज वाटली. स्वत:ला मी स्वार्थी वाटलो.

वास्तविक मी तेव्हा, ती बातमी ऐकल्यावर पहिली धाव कांताकडं ठोकायची!– पण व्यवहारात आमच्यापेक्षा चतुर असलेल्या लोकांनी लगेच सल्ला दिला, 'त्याला धावत भेटायला जाल, तसं करू नका पण. त्याच्या घरावर वॉच असेल. कोण लगेच भेटायला येतात ह्याची नोंद होईल.'

मी तेवढ्यावर गेलो नाही. त्या प्रकारानंतर जवळ जवळ महिन्यानं कांताच माझ्या घरी आला. आला तो असा रात्रीचा. ह्या अशा अवतारात, तो आल्यावर, एकदम त्याच्याशी कशी काय सुरुवात करायची ह्याचाच मला विचार पडला. पण हळूहळू संभाषणाला आकार येऊ लागला. मी त्याला भेटायला गेलो नाही ह्याबद्दल त्यानं गैरसमज करून घेतला नव्हता. मी मग त्याला विचारलं,

'कांता, तुला मी एवढा सावध समजत होतो, तू एवढा कसा फसलास?'

'तो तसाच डाव होता. माणसं किती खात्रीची होती म्हणून सांगू?– कल्पनाच आली नाही.'

'कांता, तू काहीही म्हण, तीन हजारांची मागणी पण काही कमी म्हणता येणार नाही. तू एवढी मोठी उडी मारावीस?'

तेवढ्यात नलिनी शेजारी येऊन बसली. आमच्याकडं पाहात तो म्हणाला,

'ती मागणी माझी एकट्याची असेल असं वाटतं तुला?'

'म्हणजे?'

'माझे त्यातले फक्त पन्नास. फारतर शंभर. तेही पोस्टमनचं काम केलं म्हणून. बाकीचे आमच्या साहेबांचे होते.'

'काय म्हणतोस काय?'

'हे काय नवीन आहे?– हूं– हे तर पूर्वापार. आम्हांलाच त्यातले थोडेफार सुटायचे आणि तेही कसे?– तर त्यांच्या हातात पैसे जाण्यापूर्वी ते आमच्याच तावडीत असतात म्हणूनच.'

'हो पण, हे फक्त कधीकधीच ना?– दोघं एकत्र असाल तेव्हाचं काय?– बाकी, चुकलंच. तुझ्या देखत हे व्यवहार तुझा साहेब करीतच नसेल.' – मी म्हणालो.

'हेही चुकलंच. उलट आमच्या साक्षीनंच ह्या गोष्टी होतात.'

'का?'

'पार्टीकडून येणारी रक्कम परस्पर साहेब त्यांच्या हातानं आमच्या खिशात ठेवतो.' कांता शांतपणे म्हणाला.

'वा, म्हणजे परस्पर तुमचा बळी?– स्वत:च्या हिमतीवर हे धंदे का नाही करत?' – नलिनीनं सात्त्विक संतापानं विचारलं.

एखाद्या व्यवसायातली तत्त्व सांगावीत तसा कांता म्हणाला,

'वहिनी, इथली पद्धतच तशी आहे, त्याला कोण काय करणार? असले धंदे

करणारे लोक फार भेकड असतात.'
'हो पण, मोटारी उडवतात ना?' – नलिनी त्वेषानं म्हणाली.
'त्याला काय करणार?'–
'खरंच तुला काही करता येणार नाही का रे? ह्या लोकांना तुला 'एक्स्पोज' नाही करता यायचं?'
'कायद्यानं त्याला अर्थ नाही, माझ्या डायरीत आतापर्यंत साहेबाला किती रक्कम पोहोचवली ह्याची तारीखवार नोंद आहे.'
'बरं मग?– ' नलिनीनं उत्सुकतेनं विचारलं.
'त्याचा काही उपयोग नाही. काल रात्री मी असाच साहेबांच्या घरी गेलो होतो. त्यांना मी सांगितलं की माझी ती डायरी सध्या पोलिसांच्या तावडीत आहे म्हणून. खूप घाबरले प्रथम. मग तितकेच चिडले. डायरीत लिहिण्याचा उपद्व्याप का केला असं त्यांनी विचारलं. मी म्हणालो, तुम्ही एरव्ही नाकबूल जाता म्हणून माझ्या माहितीसाठी मी लिहून ठेवलं. मग शांत झाले. आणखीन थोडा वेळ गेल्यावर, ही परिस्थिती एवढ्या 'लाइटली' घेता येईल अशी नाही– ह्याची त्यांना जाणीव झाली; आणि मग त्यांचं धाबं दणाणलं. ते मग माझ्यासमोर वाकले, लाचार झाले. एवढा पगारदार आठशे-नऊशेची प्राप्ती असणारा गृहस्थ माझ्यासारख्या क्षुल्लक 'असिस्टंट' समोर वाकला. मी मनात म्हणालो, 'जिंकलं आपण.' मग त्यांना बोललो. 'साहेब, गळ्यावर सुरी ठेवली तरी ओठातून 'ब्र' निघायचा नाही. मी नाही कुणाची नावं घेत'– कांता एवढं बोलून जरा वेळ थांबला. मी विचारलं,
'बरं मग?– काय म्हणाला?'
'मला विचारतो, डायरीतल्या नावांचं काय?– मी म्हणालो, सर, आर. जी. म्हणजे ज्याप्रमाणे रघुनाथ गायतोंडे होऊ शकतं तसंच रत्नाकर गर्गेही होऊ शकेल!– मग झाले खुष!– त्यांच्या घरून निघताना मी एवढंच म्हणालो, की काही कमीजास्त झालं तर मदत करा म्हणजे झालं.'
'मग'– नलिनीनं विचारलं.
'अरे कसलं काय– हलकट जात! – मला म्हणतात, माझा एवढा संसार. मी काय तुम्हाला पुरणार?– मला असे किती मिळालेत तुम्हाला द्यायला?– त्यावर मी म्हणालो, तुमचा आजवरचा आकडा तुम्हाला माझ्या तोंडून ऐकायचा आहे का?– नुसते गप्प बसले.'
कांता गप्प बसला. खिडकीतून तो बाहेर पाहात होता. स्वतःची क्रूर चेष्टा झाल्याबद्दलची उद्विग्नता त्याच्या नजरेत स्पष्ट दिसत होती. पण तरीही कांता आता उफाळलेला नव्हता. गेल्या महिन्याभरात त्यानं जीवनाचा खोल अभ्यास

केलेला दिसत होता. आणि तसं झालं असल्यास नवल नव्हतं. स्वास्थ्यापेक्षा आपत्तीच माणसाला अंतर्मुख बनवते, क्रियाशील करते. कधी दिसला नव्हता असा समंजसपणा मला कांताच्या चेहऱ्यावर दिसत होता. मला त्याची का कुणास ठाऊक, एकाएकी अनुकंपा वाटू लागली. मी म्हणून गेलो.

'कांता, काहीही म्हण, तू ह्या सगळ्या चक्रात प्रथमपासूनच सापडायला नको होतास.'

माझ्याकडे स्थिर नजरेनं पाहात कांता म्हणाला,

'ह्याचा अर्थ, तुला पडसं व्हायला नको होतं, असं म्हणण्यासारखं आहे. 'लाच' हा एक रोग आहे. तो तुम्हांला झपाटतो कसा हे कळत नाही. कॅन्सर जसा खूप काळ आपलं अस्तित्व दाखवत नाही, तसंच आहे त्याचं. मला लागण कशी झाली माहीत आहे?–'

'नाही.'

'चहाच्या कपातून झाली. तो पहिला चहाचा कप मी नाकारू शकलो असतो तर आज हा मोठा मोह, हे घातचक्र टळलं असतं.'

'म्हणजे काय म्हणतोस?'

'ज्या गृहस्थानं मला पहिल्यांदा मैत्रीच्या नावाखाली पहिला चहा पाजला तिथं माझं पाऊल घसरलं होतं. कारण, त्या चहाने घात केला. त्याचा पहिला फुकट स्पेशल चहा म्हणजे बोरातली आळी होती. त्याचाच पुढे 'त क्ष क' झाला. दहाबारा वेळा चहा झाल्यावर मग एका अलिशान हॉटेलात भलं मोठं जेवण झालं! त्या पाठोपाठ लहान लहान भेटीदाखल वस्तू आल्या. 'ऑफिसर लोक नुसते सहीचे मालक; खरी काम तुमच्यासारखी, हातावर पोटं असलेली माणसंच करतात, तेव्हा अशी प्रेझेण्टस् घेण्याचा अधिकार तुम्हालाच आहे'– अशा स्तुतीची फीत त्या वस्तूंना बांधण्यात येत असे. आतल्या वस्तूपेक्षा आम्ही त्या 'फितीलाच' फसत राहिलो. ह्या पाठोपाठ घरातली माणसं!– त्यांनी ह्या प्रकारांना उघड पाठिंबा जरी दाखवला नाही तरी कडवा विरोधही दर्शवला नाही! 'एखादी गोष्ट न मागता कुणी स्वखुषीनं दिली तर तिचा स्वीकार केला, तर कसलं आलंय पाप?'– अशा तऱ्हेच्या शंकासमाधानांना आम्ही बळी पडत गेलो– मग आमची किर्ती पसरत राहिली. ज्याप्रमाणं एखाद्या ज्योतिष्याची किंवा वैद्याची कीर्ती पसरावी त्याप्रमाणं! असल्या कारभारात आम्हाला विश्वस्ताची जागा मिळू लागली. आणि मग मोठमोठ्या ऑफिसर्सकडून आमचा 'सेफ्टी व्हॉल्व'सारखा उपयोग केला जाऊ लागला. असा आहे हा प्रकार! बुडत्याचा पाय खोलात हा न्याय तर सर्वत्रच आहे. तसंच हे! दारू पिणाऱ्यांनी शेवटपर्यंत दारूच प्यायची, जुगाऱ्यानं जुगारीच राहायचं– तसंच लाच खाणाऱ्याचं!–

म्हणूनच म्हणालो, हे पाप, त्या पहिल्या चहाचं! जो लहान मोह टाळू शकतो तोच मोठ्या मोहाकडे पाठ फिरवू शकतो.'–

भावनेच्या भरात कांताचा हात पकडीत मी म्हणालो,

'निरवानिरवीची भाषा बोलू नकोस. तू बेधडक सगळ्यांची नावं सांग. पाहू काय होतं ते.'

'खूप मोठ्यांची नावं येतील त्यात.'

'मग भितोस कशाला? आणि मोठे कुणाला म्हणतोस? मोठे आकडे खाणारी माणसं मोठी? हा कसला मोठेपणा? खुशाल सांग तू सगळं!'

'जाऊ दे. मी बरबाद होतो म्हणून इतरांना कशाला तसं करू?'

'तू बरबाद होताना ते हसणार म्हणून.'

'त्याचा नाही उपयोग! मी गुन्हेगार ठरलोय्, तेव्हा माझ्या शब्दाला वजन नाही हे एक!– आणि ह्यांच्यापैकी कुणी तरी माझा कायमचा काटा काढला तर?– मुलं आणि बायको जन्माची उघड्यावर पडणार ना?'

'म्हणजे हे असंच चालायचं?'– माझ्या ह्या प्रश्नावर कांता गप्प बसला.

'भावजी म्हणतात तशी परिस्थिती असेल का हो?' नलिनीनं विचारलं.

'आहे. पण कांता दाखवतो, तेवढा तो सोवळा नाही.'

'असं?'

'असं म्हणजे?– ऑफिसर लोक हाताखालच्या अनेक माणसांतून नेमकी माणसं निवडतात, ती कशाच्या आधारावर?– ज्यांची तशी वृत्ती आहे तीच माणसं ह्या असल्या व्यवसायासाठी राबवली जातात ना?– कांता म्हणाला तशी सुरुवात होत असते हे खरं आहे; पण एक त्रिकालाबाधित सत्य आहे की, प्रत्येक गोष्टींची किंमत केव्हा ना केव्हा भरावीच लागते.'

कांतानं कोणती किंमत कशी, कुणाला, केव्हा भरली हे समजलं नाही; पण तो ह्या सर्वांतनं शिताफीनं सुटला. केव्हा तरी माझ्या पश्चात त्यानं घरी पेढेही आणून टाकले.

त्यानंतर केव्हातरी तो भेटला तेव्हा म्हणाला,

'तक्षकाला मी जिंकलं आहे. आता डर नाही कशाचीही!'

'त्याचंही तुला कौतुक वाटतंय?'– मी विचारलं.

त्यावर तो म्हणाला.

'कौतुक काय किंवा लाज काय?– दोन्ही शब्दांना अर्थच नाही. आमचं हे विश्वच असं आहे. पहिल्या चहाला बळी गेलात की सामना सुरू होतो तो अळीबरोबरच. तिचा 'तक्षक' होणारच असतो, होत राहतो. त्या तक्षकाबरोबर मग झगडा द्यावाच लागतो. नाहीतर त्याला 'बळी' जावं लागतं. ह्या डावात

जिंकलोय मी! आता तक्षकाला नष्ट करायला हवं! आता थांबता येणार नाही.'
–आणि कांता थांबलाच नाही. तो चालत राहिला. नवी नाणी वापरीत राहिला.
आज दहा वर्षे झाली, कांताला त्याच्या साहेबांची जागा मिळाली आहे. त्याचा
आता ब्लॉक आहे. दाराशी मोटार आहे. तो आता स्वत:च तक्षक झाला आहे.
दिसेल ते गिळतो आहे. पचवतो आहे.

कांताच्या घरी आता पार्टी आहे. बडे लोक येणार आहेत. बडे हिशेब होणार
आहेत. मी तिथं विसंगत दिसणार होतो. अनाहूत होतो. उपरा होतो. त्याच्या
घरच्या पार्टीचा रंग निराळा आहे. वास निराळा आहे. आणि ह्याच वेळेला
कुठंतरी एका लहानशा हॉटेलात कांताचा एखादा कारकून, मैत्रीच्या नावाखाली
कुणाकडून तरी स्पेशल चहा घेत असेल. बोरातली अळी त्याला दिसणार नाही.
तिचा तक्षक होणार आहे हे त्या कारकुनाला माहीत नाही!– त्या तक्षकावर तो
कारकून मात करणार की त्याचा बळी जाणार, हे त्याला माहीत नाही.

ते आज मलाही माहीत नाही!

♦

आयुष्यात काही प्रसंग आपल्यावर आघात करतात. एकट्यानंच ते सोसून पुन्हा
नव्या उमेदीन उभं राहायचं असतं त्या एकल्या प्रवासाच्या या व्यथा

वपु काळे

या तुमच्या– आमच्या कथा.
दैनंदिन जीवनातील हे कवडसे. यात मोठे संघर्ष नाहीत हीच त्यांची व्यथा.
मोठ्या आघातांसाठी माणसाच्या मनाची तयारी झालेली असते आणि
तशा प्रसंगी सावरणारेही अनेक भेटतात.
छोटे-छोटे आघात असंख्य असतात.
ते एकट्याला गाठून हतप्रभ करतात. त्यात वाटेकरी नसतात.
ते एकट्याने सोसायचे! माणूस थांबतो, शिणून जातो, खचतो;
पण पुन्हा सावरतो. तो शीणवटा कुणाला कळत नाही,
सावरणंही समजत नाही! नव्या उमेदीनं, मागं पाहत-पाहत
प्रवास चालू असतो; ठेवावा लागतो. त्या वाटेवरच्या व्यथा!
त्यांच्या या कथा.
तुमच्या आणि माझ्याही!!!